शुक्रचांदणी

माधवी देसाई

मेहता पब्लिशिंग हाऊस

Email : production@mehtapublishinghouse.com

Website : www.mehtapublishinghouse.com

SHUKRACHANDANI by MADHAVI DESAI

शुक्रचांदणी : माधवी देसाई / कथासंग्रह

Email : author@mehtapublishinghouse.com

© सुरक्षित

मराठी पुस्तक प्रकाशनाचे हक्क, मेहता पब्लिशिंग हाऊस, पुणे.

प्रकाशक : सुनील अनिल मेहता, मेहता पब्लिशिंग हाऊस,
१९४१, सदाशिव पेठ, माडीवाले कॉलनी, पुणे - ४११०३०.

मुखपृष्ठ : चंद्रमोहन कुलकर्णी

प्रकाशनकाल : फेब्रुवारी, २००२ / मे, २०१५ / पुनर्मुद्रण : ऑक्टोबर, २०१७

P Book ISBN 9788177662191

E Book ISBN 9788184987362

E Books available on : play.google.com/store/books
www.amazon.in

त्यागराज, प्रभाकर व सदानंद पेंढारकर
या गुणी भावंडांना —
प्रेमपूर्वक —

मनोगत

'शुक्रचांदणी' हा माझा सहावा कथासंग्रह प्रकाशित होण्याचे श्रेय 'मेहता पब्लिशिंग हाऊस'चे! या कथासंग्रहातील पाच कथा दीर्घकथा आहेत. सर्व अकरा कथांचे बीज वास्तवात मी कुठे ना कुठे अनुभवले आहे. दीपावली अंकात पूर्वप्रसिद्धी लाभलेल्या या सर्व कथा एकत्रित 'शुक्रचांदणी'च्या रूपात येताना, मनात वेगळे समाधान आहे. माझे वाचक त्यांचे स्वागत करतील, हा विश्वास मला आहे.

'मेहता पब्लिशिंग हाऊस'मधील सर्वांना व मेहता पितापुत्रांना धन्यवाद.

— माधवी देसाई

अनुक्रमणिका

शुक्रचांदणी

पहाटेचा धूसर प्रकाश काळ्या अंधारात असताना दिलावरला दिसत होता. त्याच्या प्रशस्त बेडलगतच भली मोठी खिडकी होती. ती खिडकी रात्रभर उघडी असे. दररोज पहाटे दिलावरला याच वेळी जाग येई... भान हरपून तो काळ्या रंगात मिसळणाऱ्या पूर्वेची कोवळी आभा बघत राही. ठसठशीत शुक्राची चांदणी.

ठळकपणे नजरेत भरे...

त्या चांदणीकडे बघताना, काळ्या बुरख्यांतून बाहेर येणारा गुलचा नाजूक चेहरा त्याला आठवे. गुल! त्याची पत्नी! अमिनखांची... त्याच्या गुरुची बेटी...

तिला सुद्धा ही पहाटवेळ खूप आवडायची. अमिनखांच्या गच्चीवर... सर्वांत शेवटची खोली... त्या दोघांची होती. त्या गच्चीवर अशा ओल्या पहाटे ते दोघे अनेकदा उभे असत. गुलचे केस पाठीवर उतरलेले असत. शुक्राची ठळक चांदणी बघणारी गुल पुटपुटत असे.

"या अल्लाऽह... परवरदिगार... तेरी दुंवा!"

त्या आठवणीनं दिलावर कातर बनला... उठून अल्लाला शुक्रगुजार करावं, म्हणून तो वळला पण... त्याच्या उजव्या बाहूंची उशी करून कात्यायनी गाढ झोपली होती. तिचे केस उशीभर पसरले होते.

"गुल? की कात्यायनी?"

छे! गुल यावेळी अशी कधी झोपत नसे. पहाटे उठून घरातल्या साऱ्या कामांना ती भिडत असे. दिवाणखान्यात रियाजची तयारी करून ठेवत असे. शेगडी पेटवून दूध गरम करत असे. ती, गुल...

आणि कात्यायनी...

रात्रभरच्या शृंगारानं... थकून गेलेल्या कात्यायनीला पहाटे पहाटे गाढ झोप लागत असे. कात्यायनी! एखाद्या संगमरवरी शिल्पासारखी सुंदर, कमनीय! आपल्या बदामी डोळ्यांनी दुसऱ्याच्या काळजाचा ठाव घेणारी कात्यायनी! तिच्या डोळ्यांनी

दिलेलं आव्हान... दिलावरच्या मर्दानगीनं कधी स्वीकारलं हे त्यालाच समजलं नव्हतं. दिलावरचं गाणं, त्याचं रांगडं मर्दानी सौंदर्य... त्याचा गंभीर ढोलासारखा खोल आवाज.. त्या सर्वांवर कात्यायनीनं जीव कुर्बान केला होता. आपल्यावर फिदा होऊन व्याकूळ झालेली कात्यायनी बघून... दिलावरच्या पायाखालची जमीनच सरकून गेली होती.

आपलं गाणं, रियाज, गंडाबंधनाची आणि गुलची बांधिलकी सारं सारं विसरून, कात्यायनीच्या संगमरवरी शिल्पांत तो पार विरघळून गेला. मुख्य म्हणजे शालिनतेची पुतळी असणारी... गुलबदन त्याला कस्पटासारखी वाटू लागली होती. चार चार रात्री तो कात्यायनीच्या कोठीवर पडून राहू लागला होता. रोजचा रियाज चुकू लागलाच, पण कात्यायनीच्या ठुमऱ्या, कजऱ्या नखरेल अदा, खानदानी गायकी त्याला श्रेष्ठ वाटू लागली. हे सारं अमिनखांच्या कानावर आलं.

कात्यायनीशी रंगढंग करून चार दिवसांनी घरी परतलेल्या दिलावरला अमिनखांनी जिन्यावरुनच मग हाकलून लावला होता. शिव्यांची लाखोली वाहून त्याला अल्लाची कसम घातली होती.

"नादान, यानंतर माझ्या घराण्याची गायकी तू गायची नाहीस. घराण्याचं नाव, घराण्याचं गाणं, जर कुठं गायलास तर याद राख. नरकांत जाशील."

बस्स! चार वर्ष सरली होती. दिलावर कात्यायनीच्या कोठीत राहत होता. गाणं संपलं आणि हळूहळू जवानीचा जोश पण उतरून गेला होता. कात्यायनीनं त्याला जिंकून आपल्या दावणीला बांधलं... तेव्हा कुठं तिचा जीव थंड झाला होता. तिची खात्री पटली होती, की आता दिलावर तिला सोडून कुठं जाणार नव्हता. त्याचं गाणं संपलं होतं. उरला होता तो एक पुरुष.. त्या पुरुषाला कसं वापरायचं... हेच तर कात्यायनीचं खरं कसब होतं. ते तिनं पूर्ण पणाला लावलं होतं.

बेडजवळच्या खिडकीच्या गजांवर डोकं टेकवून दिलावर साऱ्या आठवणीत हरवून गेला होता.

खरं तर पूर्वी यावेळी तो समोर बसून रियाजांत हरवून गेलेला असे. डोळे मिटून, समाधानाने ते ऐकत असत. मांडीवर त्यांच्या बोटांनी नकळत ताल धरलेला असे. रामगढकडून आणलेला संगीताचा खजिना मोठ्या विश्वासानं त्यांनी.. हातचं राखून न ठेवता, दिलावरच्या हवाली... केला होता. शिवाय आपली लाडकी लेकही! किती आनंदांत सारे दिवस जात होते?

अचानक कात्यायनी त्याच्या जीवनांत वादळ बनून आली आणि सारं जीवनच बदलून गेलं होतं.

चार वर्षे झाली होती.

त्याचं गाणं..त्याचे सूर..राग... रागिण्या..सारं आतल्या आत गुदमरून गेलं

होतं. गाण्याशिवाय तो कसा जगणार होता?

राग स्वाभाविक होता हे त्याला समजत होतं. रियाज, गाण्याची साधना आणि गुलशी त्यानं प्रतारणा केली नव्हती? गुरूंचा अवमान केला होता. गुरूंचं खानदानी गाणं... कात्यायनीच्या कोठीवर आणून पोचवलं होतं.

या पहाटेच्या वेळी... अलिकडे तर रोजच दिलावर असाच घायाळ होत असे. आता शृंगाराचा सारा रंग फिका झाला होता आणि मनांतले सारे राग सात सुरांनी... त्याला जागवू लागले होते. या गाण्याखेरीज आपण जगणार तरी कसे?

आणि गायचेच नाही तर करायचं तरी काय? कात्यायनीच्या कोठीवर असं पडून रहायचं? गुल... निदान गुल तरी समजून घेईल... पण गुलसमोर उभं रहायचं धैर्य आहे आपल्यात? गुरूची क्षमा मागण्यात लाज कसली?

रोजच्या रोज दिलावर असा खचत चालला होता. त्यानं वळून बघितलं. तृप्तीचा हुंकार देऊन, कात्यायनीनं कूस पालटली होती. पूर्वी या गोष्टीचं दिलवरला फार अप्रूप वाटे. आपल्या पुरुषार्थाचा सन्मान वाटे पण... आज तिकडे पाठ करुन..

खिडकीतून दिसणारी... शुक्राची चांदणी तो बघत होता. आणि गुलच्या आठवणीनं व्याकूळ झाला होता. गुल!

त्याचे गुरू अमिनखांची लाडकी लेक! आणि दिलावर? खरं तर रामगढच्या त्या खानदानी गायक घराण्याचा एका आश्रिताचा मुलगा होता... पण अमिनखांनी त्याच्यामधला सूर अचूक हेरला आणि टाकीचे घाव घालावे-- तसे त्याच्यावर प्रचंड मेहनत करून... गळा अक्षरशः घडवून... तयार केला होता. शेवटी एक शिष्य त्यांना तयार करता आला होता. गुरूच्या ऋणातून मुक्त झाल्याचं समाधान भोगणारे अमिनखां, दिलावरवर खूष होते. त्याला मनापासून दुवा देत होते. शिवाय तो कुणी परका थोडाच होता?

त्यांचा जावई... त्यांच्या लाडक्या लेकीचा नवरा... प्रिय शिष्य... म्हणूनच तर दिलावरचा नादानपणा बघून, अमिनखां संतापानं फुलून गेले होते. त्याचं गाणं काढून घेऊनच... दिलावरची हकालपट्टी त्यांनी एका क्षणात केली होती.

तो प्रसंग आठवून... या क्षणी दिलावर खिडकीच्या गजावर डोक टेकवून अश्रू ढाळत होता. मनातला भावनांचा कल्लोळ आणि काळजात घुसमटलेले सूर...

या सर्व कल्लोळात दिलावर घुसमटत होता.

"मला माफ करा गुरुजी... गुल... निदान तू?"

दिलावरचं दुःख, पश्चाताप यांना साक्ष होती ती पहाटेची वेळ... आणि शुक्राची चांदणी...

पहाटेचा कोवळा उजेड, काळया अंधारात मिसळण्याची ती वेळ... गुलबदन

लहानपणापासून याच वेळी नेमकी जागी होई. तशीच आजही... पाठीवरचे मोकळे केस बांधावे म्हणून तिचा हात मागे गेला.

"अं हं. असूं दे ते केस तसेच. किती छान दिसतात तुला? या पहाटवेळीच तर हे सारं बघता येतं... एरवी... तर तो दुष्ट बुरखा."

दिलावरचे शब्द आठवले आणि गुलबदनचे हात अभावितपणे खाली आले. अंथरुणातून उठण्याची शक्तीच गेली. किती तरी वेळ ती सुन्न बसून होती. थोड्या वेळानं धीर गोळा करुन ती गॅलरीत येऊन, कठड्याला टेकून उभी राहिली.

लहानपणी रामगढला... त्यानंतर मुंबईतल्या प्रशस्त घरात अगदी काल परवापर्यंत या पहाटवेळी अखंड गाणं सुरू असायचं.

रामगढला त्यांचा सारा मोहोल्लाच मुळी गायक रिश्तेदारांचा. दिवसा आणि रात्रीच्या साऱ्या प्रहरी त्या मोहोल्ल्यात गाणंच ऐकू येत असे. किती झालं तरी तिचे आजोबा, आब्बाजान रामगढच्या दरबारचे राजगायक होते. त्यांना पूर्वी पालखीचा नंतर बग्गीचा मान होता. त्या साऱ्या वैभवात राजगायकांचे ते संपूर्ण कुटुंब सुखात राहत होतं. आणि अचानक... आब्बाजाननी आपली पत्नी आणि मुलीला घेऊन मुंबईत यायचं ठरवलं. छोट्या गुलनं रडून आकांत केला होता. पण... तिला मुंबईत जावचं लागलं.

अशी कशी ही मुंबई? इथं हवेल्या नव्हत्या... निवांतपणा नव्हता. फक्त गर्दी ... धावपळ आणि माणसंच माणसं... पण या गर्दीतसुद्धा तिला दोनच गोष्टींची सोबत होती. तिच्या आब्बाजानचं गाणं आणि ही पहाट वेळ...

मुंबईत घरं बदलली. वर्षे पुढं सरली. ऋतू आले आणि गेले. गुलबदन वाढत होती. या नव्या गावीसुद्धा तिनं खूप मैत्रिणी गोळा केल्या. आब्बाजानचा मुंबईत जम बसला... त्या पाठोपाठ त्यांचे रामगढचे सारे भाऊ, त्यांची मुलं बाळं... एक एक करत मुंबईत पोचले. गिरगावच्या त्या मोठ्या घराला मग रामगढच्या हवेलीचंच रुप आलं. त्या घरात मग गाणं सुरू झालं. गुल त्या कुटुंब कबिल्यात रमून गेली. या गच्चीवर अशा पहाटवेळी उभी राहून... ती शुक्राची चांदणी बघण्याची तिला सवय लागली... ती याच वेळी. त्याच वेळी कधीतरी...

दिलावर... आश्रित म्हणून त्यांच्या भल्या मोठ्या परिवारात दाखल झाला. आब्बाजान दिवसभर शिकवण्या करत फिरायचे आणि तिचे काका गाण्याच्या बैठकीना पखवाज, सारंगी, तबल्याची साथ करत असायचे. अमिनखांना गुलबदनच्या पाठीवर एक मुलगा झाला... विलायतखान.

त्यानं गायक बनावं... घराण्याचं नाव पुढं चालवावं असं सर्वांनाच वाटत होतं. पण... विलायतचे शौकच खूप वेगळे होते. त्याचं शिक्षणात लक्ष नव्हतं आणि गाण्यात तर बिलकूल रस नव्हता... चोवीस तास तो दोस्तांच्या संगतीत, मुजरे,

कव्वाली, लावण्या ऐकत गल्ल्यागल्ल्यांतून भटकत असे.

अमिनखां व्यथित होते.

आणि अचानक ती घटना घडली.

सकाळी दहाचा सुमार होता. चष्मा नेण्यासाठी म्हणून अमिनखां अचानक घरी आले होते... आणि त्यांची पाऊले जिन्यावर थबकली. श्वास रोखून ते ऐकत होते. ऐकता ऐकता, डोळ्यांतल्या अश्रूंनी दाढी भिजत होती. पाय थरथरत होते.

आतल्या खोलीत... गुल गात होती. देस रागातली एक नवीन चीज... नुकतीच अमिनखांनी बांधली होती. अगदी हुबेहूब तेच सूर... त्याच आलापी तीच घाटदार वळणं... घेत गुल गात होती आणि दिलावर तिला साथ करत होता.

अमिनखांचा आपल्या कानांवर विश्वास बसत नव्हता. गुरुनं दिलेला संगीताचा खजिना खांद्यावर घेऊन ते रामगढहून मुंबईत पोचले होते. एक चांगला शिष्य शोधत होते. ज्यांना ते गाण्याच्या शिकवण्या देत, मुंबईभर वणवण करत होते. त्या साऱ्या मुली वर्ष दोन वर्षातच शिकवण्या सोडून देऊन, कोठीवर गायला लागत. त्यांचा स्वत:चा मुलगा तर छंदी निघाला होता. अमिनखां फार निराश होते. याचवेळी... आज... अचानक भर दुपारच्या वेळी... त्यांच्या घरातच... त्यांना एक सूर सापडला होता. पण अमिनखां दचकले... कारण तो आवाज... गुलचा होता, त्यांच्या लाडक्या लेकीचा...

अमिनखां भानावर आले. जिना चढून आतल्या खोलीत जाऊन ते कडाडले. "खबरदार पुन्हा तानपुऱ्याला हात लावलास तर! या घराण्यातली मुलगी आणि गाणं? कुणी ही दुर्बुद्धी दिली तुला? गाणाऱ्या मुली वेगळ्या आणि तू वेगळी!"

वीज कडाडावी तसे कडाडले. सारी मैफलच विसकटली.

"ते काही नाही, तुझी शादी या दिलावरशी आज पक्की... आणि आजपासून दिलावर माझा शागीर्द."

गॅलरीच्या कठड्याला टेकून उभ्या असणारी... गुल... आब्बाजानचं ते ओरडणं कधीच विसरु शकली नाही. आज... या क्षणी सुद्धा...

त्या दिवसानंतर तिचं सारं जीवनच बदलून गेलं. हसणारी, काचापाण्यात रंगून जाणारी अन् गाणारी गुल... त्यानंतर पार मिटून गेली होती.

दिलावर... जो तिचा बालमित्र होता, आता तो तिचा भावी पती होता..

त्यानंतर तो आब्बाजानचा गंडाबंद शागीर्द होता. फक्त त्याचाच आवाज घरभर घुमत होता. तो आश्रिताचा मुलगा असला, तरी पुरुष होता. गाण्याचा अधिकार फक्त त्यालाच होता... आणि... आणि... बेईमानी करण्याचा पण...

या विचारानं गुलचा संताप झाला. तिनं त्या उगवत्या पहाटेकडे पाठ केली. शुक्राची चांदणी नजरेआड करुनच... त्यानंतर गुल जगण्याला डोळसपणे सामोरी

गेली होती. तिचा सुरेल आवाज, तिनं आतल्या आत जिरवून टाकला होता.

आपण गायचं नाही... तर मग... करायचं तरी काय? पण गायचं का नाही?

केवळ एक मुलगी आहोत म्हणून?

मुलगा आहे म्हणून विलायत रंगढंग करत फिरत होता आणि मुलगा आहे म्हणूनच... दिलावर तिच्या आब्बाजानचं गाणं आत्मसात करत होता... आणि बेईमानी पण... पण मुलगी असणारी गुल... घरच्या साऱ्या स्त्रिया करतात तसं तिनं कामाला जुंपून घेतलं होतं. शादीनंतर दिलावरची मनोभावे सेवा करत होती. तिचे सूर आतल्या आत गुदमरत होते. पण सवयीनं तिनं दिलावर वर आपला जीव लावला होता. दिलावरची गोष्टच वेगळी, त्याला गुल मनापासून आवडत होती. आधीपासून तिची शालिनता, नम्रता, सेवावृत्ती या सर्वांचं त्याला अप्रूप होतं. तो तिचे परोपरीनं लाड करायचा; प्रेमाच्या वर्षावात तिला फार गुदमरून टाकायचा.

"झूठ... सब झूठ"

गुल पुटपुटली.

गुलशी प्रेमाचे रंगढंग करणारा दिलावर... आब्बांचा लाडका शिष्य... त्यानं चक्क प्रतारणा केली होती.

गुलच्या प्रेमाची... गुरुच्या संगिताची... यावेळी तो नेमका काय करत असेल? हा विचार मनात येताच गुल दचकली. इतकी बेईमानी करणाऱ्या दिलावरची याद तरी का करतोय आपण?

मरे ना? जाई ना जेहन्नममे? तिच्या डोळ्यांतून अश्रू वाहात होते. कधीतरी तो भेटायला हवा होता? विचारायला हवं त्याला की त्या कोठीवालीनं अशी कोणती भुरळ घातली की घरदार विसरून... तिचा गुलाम झालास?

गुलबदनला रडू आवरत नव्हतं. पहाट संपत आली होती. आब्बाजान उठण्याची वेळ झाली होती. त्यापूर्वी पाणी गरम करायचं होत. दूध शेगडीवर ठेवायला हवं होतं. त्यापेक्षा तिचं रडणं आब्बाजानना दिसायला नको होतं. गुल स्वयंपाकघरांत घुसून कामाला भिडली. शेवटी तोच एक उपाय होता. मनाला गुंतवायचा.

पण हात काम करत असले तरी मनातले विचार... त्यापेक्षाही वेगानं.

"तू? तुझी आणि तिची बरोबरी कशी होणार? ती! अप्सरेसारखी सुंदर... साक्षात मदालसा... आणि तिचा आवाज? तोबा! स्वर्गीय सूर आहेत तिच्या गळ्यांत. सात जन्म तू रियाज केलास तरी तसं गाणं तुला जमणार नाही. म्हणून... म्हणून-माझा जीव जडलाय तिच्यावर! तिच्या दर्दभऱ्या आवाजावर."

पण ते खरं नव्हतंच. दिलावर, गुंतला होता संपूर्ण कात्यायनीत. तिचं शरीर, तिचं बोलणं, नखरेल स्वभाव... यात तो खुळावला होता. जाता जाता दिलावरनं उच्चारलेले ते शब्द गुलला आजही चटके देत होते. संतापानं मन धगधगत होतं.

स्वयंपांकघरातल्या शेगडीचे निखारे फुलून लाल झाले होते. त्यावर दुधाचं पातेलं ठेवून, गुल पापणी न हटवता एकटक नजरेनं, ते धगधगते निखारे बघत होती. सातजन्म?

सात जन्म रियाज करण्याची तिची तयारी होती. गाणं तिच्या रक्तातून वाहात होतं. तिचा जीव की प्राण असणारं गाणं... केवळ...

केवळ... एक मुलगी... ती सुद्धा... राजगायक असणाऱ्या खासाब अमिनखांची मुलगी...

म्हणून जिला नाकारलं गेलं होतं... आणि जो दिलावर गंडाबंध शागीर्द बनला होता... त्याची सेवा करत त्याच घरात ते गाणं फक्त ऐकत जगण्याचाच रियाज गुलवर लादला गेला होता. आणि अशा त्या गुलला गाता येत नाही म्हणून तिला नाकारुन... दिलावर पाठ फिरवून निघूनही गेला होता. गुल... आपली प्रतारणा विसरु शकत नव्हती. खरं तरं... तिला दिलावरला ओरडून सांगावसं वाटत होतं... की...

"आण तुझ्या त्या मदालसेला माझ्यासमोर आणि फक्त षडज् लावून दाखव म्हणावं?" आमच्या घराण्याची खासियत असणाऱ्या, एक एक चीजा, ताना, मात्रा, पलटे... सारं सारं... जे माझ्यात आहे ते मी गाऊन दाखवते. त्यातला एक कण जरी तिनं गाऊन दाखवला, तरी मी हार पत्करेन. अरे, धंद्यासाठी गाणारी तुझी अप्सरा... आणि अभिजात संगीताचा वारसा घेऊन आलेली ही गुलबदन... कुठंच बरोबरी होणार नाही.

केवळ राजगायकाची मुलगी आणि दिलावरची बिबी... म्हणून जगावं लागणारी गुल... संतापानं, दुःखानं, असहायतेनं तिला अश्रूंचा आवेग आवरता आवरत नव्हता.

धगधगत्या निखाऱ्यावरचं दुधाचं पातेलं, लालभडक झालं आणि आतमधलं दूध उसळून वर आलं, तरी तिला त्याचं भान उरलं नव्हतं. लक्ष गेलं, तशी ते भांड उतरवायला जाताना, तापलेल्या भांड्याचे चटके हाताला बसले, गरम दुधाचे थेंब बोटांवर उसळले. भांड खाली ठेवून, आपल्या हातांच्या चटक्यांना फुंकर घालणारी गुल.

अशावेळी दिलावरनं तिचं किती कौतुक केलं असतं! तिची पोळलेली बोटं हाती धरून, फुंकर घालणारा दिलावर खरा? की...

गुल गुडघ्यात मान घालून रडत होती.

शेजारच्या मशीदीतून बांग ऐकू आली आणि अमिनखां उठून बसले.चटई पसरुन, त्यांनी नमाज पढायला सुरुवात केली. डोळे मिटून मनोभावे ते अल्लाची

दुवा मागत होते. त्यांचं वय आता ऐंशीच्या घरात पोचणार होतं. शरीरानं आणि मनानं ते पार थकून गेले होते. स्वत:साठी त्यांना आता काहीच नको होतं. अल्लानं सारं काही त्यांना भरभरून दिलं होतं. राजदरबारी गाण्याचा मान... त्यानंतर संस्थानं खालसा झाली म्हणून, पोटार्थी होऊन, मुंबईभर वणवण भटकणं... कोठीवरच्या मुलींना गाण्याच्या शिकवण्या देत फिरणं... पुन्हा जम बसून, रामगढचं सारं कुटुंब मुंबईत आणायचं बळ येणं... वाया गेलेल्या मुलाला, व्यापारांत भरभराट येणं. धाकट्या दोघा भावांनी, मुंबईत गायक-वादक म्हणून नावलौकिक कमावणं...

या साऱ्या वाटचालीत अल्लानं नेहमीच त्यांच्यावर मेहेरनजर केली होती. पण ते तर भौतिक सुख होतं. ते सारं वैभव पायाशी लोळण घेत असताना सुद्धा अमिनखां मनानं पार खचून गेले होते. त्यांचं कलावंत मन या वैभवात कधीच रमलं नव्हतं. त्या किनखापी जरतारी जीवनाच्या आत एक शल्य दडलं होतं.

ते शल्य, त्याची ठुसठुसती वेदना त्यांना पार खलास करून टाकणारी होती. रात्र रात्रभर त्यांना झोप येत नव्हती. अंथरुणावर अंग टाकून, रात्रभर माशासारखं तळमळण्यापेक्षा, ते रात्रभर मग कॉटलगतच्या आरामखुर्चीत बसून राहत. डोळे मिटून घेतले, तरी अनेक घटना नजरेसमोरुन तरळून जात.

त्यांना प्राणप्रिय असणारं, त्यांच जन्मगाव रामगढ! ती प्रशस्त हवेली सुरांनी भरुन गेलेला तो मोहल्ला. एकत्रितपणे गुण्यागोविंदानं नांदणारं त्यांचं मोठं कुटुंब. राजगायकाचं वैभव मिरवत, पालखीत बसून दरबारी गायला जाणारी, त्या घराण्यातली बुजूर्ग वडीलधारी माणसं. पण त्या वयातसुद्धा छोट्या अमिनला वेड होतं, ते फक्त सुराचंच. आधी काकाजान नंतर आब्बाजान यांच्या बाजूला बसून, त्या सुरांची आराधना करण्यात छोटा अमिन रंगून जायचा. नजेरसमोर सारे सूर, सारे राग धूसर दिसत असायचे. पण ते तर खूपच दूर होते. क्षितीजरेषेवर त्या रेषेवर पोचणाऱ्यालाच ते सूर हाती गंवसणार होते. आब्बाजान, काकाजान यांनी केव्हाच क्षितीजपार केलं होतं आणि आता त्यानंतरच्या पिढीची वाटचाल सुरू होती. सर्वाचं लक्ष होतं ते अमिनवर. अमिनचा मोठा भाऊ पखवाज शिकत होता तर धाकटा हिदायत सारंगी...

गायन, वादनाचे धडे गिरवणाऱ्या आपल्या तिघा मुलांचा, राजगायक असणाऱ्या रहेमखांना खूप अभिमान होता. त्यांच्यावर खास मेहनत घेतली जात होती. विशेषत: अमिनवर, कारण राजदरबारचा भावी गायक म्हणून अमिनचीच निवड झाली होती. अमिनचे सोबती, मौजमस्ती करत फिरताना अमिनला आग्रह करुन बोलवायचे,रामगढच्या जंगलातून शिकार करत भटकणं, नदीवरच्या उंच घाटावरुन, पात्रात उड्या टाकणं, पतंगाच्या दिवसांत पतंग उडवणं, रास दांडिया आणि रामलीलेत भाग घेणं. अमिनचे भाऊ, दोस्त सारेजण असे जोशांत वागत. फक्त अमिन, अमिन मात्र आकंठ तानात आणि पलट्यात गुरफटून गेलेला असे. एक एक पलटा, शंभर वेळा घोटून

घेतला, तरी त्याच्या पिताजींना समाधान म्हणून होत नसे. आणि अमिनही उत्साहानं ते काम करत असे. पिताजी, जे त्याचे गुरु होते, त्यांच्या डोळ्यातलं समाधान, बघण्याची ईर्षा बाळगूनच अमिन रात्रंदिवस मेहनत करत होता. आणि अठरा वर्षाच्या प्रदीर्घ तपश्चर्येनंतर कुठे त्याचा रियाज पूर्ण झाला होता. गुरुनं समाधानानं आशीर्वाद देऊन म्हटलं होतं की,"बेटा, माझ्या गुरूनं, मला दिलेला हा संगीताचा खजिना, आज मी तुझ्या हवाली करतो आहे. आज मी माझ्या गुरुऋणांतून मुक्त झालो आहे. आता घराण्याचा वारसा तुझ्यावर सोपवलाय. यानंतर उत्तरेच्या संगीताची ही कावड घेऊन तू दक्षिणेस जा. आणि तिथं या संगीताचा प्रसार कर. या घराण्याचा नावलौकिक साऱ्या दक्षिणेत पसरु दे. एक असा शागीर्द तयार कर, की जो या घराण्याचं उत्तर दायित्व स्वीकारेल. संगीताचा हा वृक्ष अधिक विस्तारित करेल. जा बेटा, या संस्थानाचं वैभव संपत आलंय. उद्या तनख्यावर जगावं लागेल. मग आपलं काय?" त्यानंतरच गुरुतुल्य पिताजींचा आशीर्वाद घेऊन रामगढ सोडताना, अमिनखांचे पाय जडशीळ झाले होते. तशात छोट्या गुलनं, हवेली सोडताना, रडून आकांत केला होता. समजूत घालून, कशीबशी तिला टांग्यात बसवली होती. आणि छोटा विलायत आणि पत्नी यांना घेऊन, अमिनखां बोरिबंदर स्टेशनवर उतरले होते.

मुंबईत बस्तान बसवताना खूप दमछाक झाली होती. गिरगांवमधल्या दोन खोल्यांत संसार माडला खरा. पण पोट कसं भरायचं? कधी तरी कुठेतरी, एखादी दावत, एखादे निमंत्रण येई. बस्स! पण त्यानंतरचे दिवस? म्हणूनच मग कलावंतिणींच्या मुलींना शिकवण्या द्याव्या लागत होत्या आपलं... संगीत घेऊन, कोठीवर जाऊन, ठुमऱ्या, दादरा, गझल, कव्वाली आणि चीजा शिकवताना अमिनखांचा सूरच उमटत नसे. यांमधलीच कुणी एक शिष्या जरी मेहनतीनं गाणं शिकली तर सारी विद्या तिला शिकवून, तिचा गळा घडवण्याची अमिनखांच्या मनाची तयारी केली होती; पण तशी मेहनत घेण्याची त्या मुलींची तयारी नव्हती. चार पांच वर्षे, गाण्याचे धडे घेतले की,त्या बैठकीत गायला लागत. अदा करून, नखरेल रीतीनं पेश होणारं, आणि त्यावर गिन्न्यांची बरसात होणारं आपलं खानदानी गाणं बघून खांसाब अमिनखां केविलवाणे होऊन गेले होते. त्यांचाच एकुलता एक मुलगा विलायत हा गाण्यांपेक्षां, रंगढंगात आणि व्यापारांत रमला होता. त्याच्या धंद्याला बरकत आली होती. रामगढचे अमिनखांचे दोघे भाऊ मुंबईत पोचले होते. गायक, वादकाचे घराणे म्हणून मुंबईत त्यांना नावलौकिक मिळाला होता. सारे खूष होते. फक्त अमिनखां, अमिनखां बेचैन होते. गुरुची विद्या ज्याच्या गळ्यांत पेरावी, असा सच्चा सूर त्यांना सापडत नव्हता. त्या सूरासाठी, त्यांचा शोध सुरू होता. आणि अचानक. त्यांच्या कानांवर तो सूर आला. तो क्षण, या पहाटेच्या वेळीसुद्धा अमिनखांना स्पष्ट आठवला.

त्या दिवशी शिकवणीसाठी भल्या पहाटेच अमिनखां घराबाहेर पडले. बाबली आणि केसरच्या घरची शिकवणी संपली आणि त्यांच्या ध्यानी आलं की चष्मा घरीच राहिला आहे. तो आणायला जाणं भाग होतं. आज ते जरा रागांतच होते. केसरच्या घरच्या शिकवणीच्या वेळीच त्यांचा पारा चढला होता. केसरचा आवाज नाजूक पण स्वच्छ होता. बुध्दीनं ती मुलगी तल्लख होती. मेहनत करण्याची तिची तयारी होती. अजून गळा कोवळा होता. खूप आशेनं अमिनखां केसरला शिकवत होते. आणि त्या दिवशी केसरच्या आईनं केसरच्या गाण्याची बैठक, परस्पर मोतीचंद जव्हेरींच्या बंगल्यावर ठरविल्याची बातमी दिली, शिवाय तिनं अमिनखांना गळ घातली होती की त्या बैठकीत एक लावणी गाण्याचा आग्रह झाला तर त्याची तयारी करुन द्या.

ते ऐकून अमिनखां संतापानं उठले आणि केसरच्या घराला पाठमोरे झाले. खानदानी गवयानं लावणी शिकवायची? आणि गुरुचं नाव सांगून केसर ती लावणी बैठकीत गाणार होती?

या अपमानातच संतापलेले अमिनखां उन्हातून ताडताड चालत, स्वतःच्या घरी पोचले. आणि जिन्यावरच त्यांची पावले थबकली. घराच्या दिवाणखान्याच्या भिंती आरपार करुन, एक नाजूक पण आत्मविश्वासानं भरलेला सूर, अमिनखांच्या कानांवर पडत होता. शुभ्र मोत्यासारख्या, नितळ, पारदर्शक आवाजातली देस, रागातली चीज कोण गात होतं? ही चीज? ही चीज, तर त्यांची स्वतःचीच होती. देस रागातली त्याची बंदिश नुकतीच त्यांनी बांधली होती. तेच सूर, उच्चारही तसेच स्पष्ट, तानांचे पल्लदार पलटे सावरत वरच्या षडजाला भिडून विजेच्या वेगानं खालचा षडज् गांठणं.

अगदी सही सही तेंच! ''हम पत राखी जो''

स्वत: बांधलेला तो बंदिस्त ख्याल त्या गळ्यातून ऐकतांना, अमिनखांना कांही अद्‌भूत साक्षात्कार होत असल्याची जाणीव झाली. उभ्या जागी पाय थरथरत होते. गालांवरचे अश्रु दाढीत झिरपत होते. स्वतःला सावरुन, ते धावत जिना चढून दिवाणखान्याच्या दरवाजात पोचले. दरवाजावर झुलणाऱ्या मण्यांच्या तोरणांतून आतले जे दृश्य ते बघत होते त्यावर विश्वास ठेवणं त्यांना जड जात होतं.

त्यांच्या पाठचा भाऊ तबल्याची साथ करत होता. धाकट्यानं सारंगी हाती घेतली होती. दिलावर तानपुऱ्याच्या साथीला बसला होता. आणि गुलबदन अमिनखांची लाडली बेटी, खांद्यावर जाड तानपुरा सहज पेलून, देस रागातला ख्याल आळवत होती. माथ्यावरच्या निळ्या ओढणीतून, तिचा गोरापान चेहरा शुक्राच्या चांदणी सारखा, तेजस्वी दिसत होता. कुलिन, खानदानी घराण्याचं प्रतीक असणारी गुल, तिचं गाणं, विश्वासानं उच्चारलेले सूर, लडीवर लडी उलगडाव्या अशा त्या तानांची बरसात कुणीही न शिकवताच गुलनं ते सारं आत्मसात केलं होतं. कधी आणि कसं?

या प्रश्नांपेक्षा का? हा प्रश्नच मोठा ठरला. दिवाणखान्यात जाऊन अमिनखांनी गुलच्या हातून तानपुरा ओढून घेतला आणि ते कडाडले.

"खबरदार पुन्हा तानपुऱ्याला हात लावशीत तर, हात तोडून ठेवेन. तानपुरा खांद्यावर ठेवून गायला तू कुणा कोठीवालीची मुलगी नाहीस. या घरच्या मुलींनी असं गाताना कधी कुणी ऐकलंय? तो रिवाज नाही या घराचा. आणि तुम्ही दोघे? तुम्ही अक्कल गहाण ठेवलीय की लाज विकली?"

सारा रंगाचा बेरंग झाला होता. थरथर कापत गुलबदन भिंतीला टेकून रडत होती. अमिनखांचे दोघे भाऊ परोपरीनं त्यांची समजूत घालत होते. पण अमिनखांना संताप आवरत नव्हता. त्यांनी गुलचं गाणं तर बंद केलंच पण दिलावरशी तिचा विवाह लावून दिला होता. दिलावरला गंडाबंध शिष्य करून, घराण्याची सारी गायकी त्याच्यावर शिकवून उत्तरदायित्व दिलावरवर सोपवलं होतं. त्यानंतर गुलनं कधी तक्रार न करता घराण्याचे निर्णय मान्य केले होते. दिलावरनं मनापासून मेहनत केली होती. दिलावरचा दिलावरखान बनला होता. अमिनखां गुरुऋणातून मुक्त झाले होते. आणि... कात्यायनीच्या रुपानं एका वादळाचा तडाखा साऱ्या कुटुंबाला, पार संपवून गेला होता. यानंतर दिलावरनं घराण्याचं गाणं गायचं नाही असं निक्षून सांगूनच, अमिनखांनी त्याची हकालपट्टी केली होती.

सारं समाधान चारी वाटांनी घरातून निघून गेलं होतं. आणि त्याबरोबरच सारे सूरही माणसांनी, सुरांनी भरलेलं ते घर आता पार मूक बनलं होतं. त्यांच्या दोघा भावांनी वेगळे संसार मांडले आणि व्यापारी बनलेल्या विलायतखाननं, वरसोव्याला मोठा बंगला! त्याची मॉडर्न मुलं. राजगायक अमिनखांची नातवंड, डिस्को आणि जाझवर नाचत होती. आणि विलायतखान, नोटाच्या इशाऱ्यावर.

गिरगांवमधल्या या जुन्या घरात आता फक्त होते अमिनखां आणि मिटून गेलेली गुलबदन. कोणतेही प्रश्न न करता, चुपचाप या रिकाम्या घरातून ती वावरत होती. रितं झालेलं जीवन अश्रुंनी भरुन काढत होती. आब्बाजानची सेवा मनापासून करत होती. गुल! गुलबदन...

एखाद्या जन्नतच्या परिसारखी असणारी त्यांची बिटीया रानी. तिची आठवण येताच, अमिनखांचं मन वेदनेनं भरून गेलं. पश्चातापाचे आसूड मनावर फटकारे मारु लागले. नमाजसाठी अंथरलेल्या चटईवर अमिनखां पाय दुमडून बसले होते. त्यांनी फडाफडा आपल्या दोन्ही गालांवर थपडा मारून घेतल्या. "या परवरदिगर मला माफ, माफ कर मला. या जगातल्या कोणत्याही प्राण्यांवर अन्याय करायचा नाही अशी तुझी शिकवण. माणसानं स्वत: आनंदानं जगावं,आणि इतरानांही जगू द्यावं. सुखानं, आनंदानं, जगताना, स्वत:च मन शुद्ध होत जातं. आपोआप! ते मन परमेश्वरशक्तीच्या चरणी विलीन करावं."

"अल्लामियां, कुराण शरीफची ही वचनं, मला तोंडपाठ आहेत. ती वाचतच तर मी लहानाचा मोठा झालो पण."

ती तर फक्त पोपटपंची!

प्रत्यक्षात?

अल्लामिया, मी फार गलती केली. अन्याय केले. प्रतारणा केली मी तुझ्या पवित्र वचनांची! मी दुःखी केलं. माझ्या मुलीचं मन पार चिरडून टाकलं. तिचं कोवळ मन, तिचा आवाज, गाणाऱ्या पाखराचे पंख छाटून टाकले. अल्लामिया, प्रतारणा, दिलावरनं केली नाही, तर प्रतारणा मी केली. तुझ्या शब्दांची आणि त्याची सजा दिलावरच्या रुपानं तू मला दिलीस. त्या साऱ्या घटनांचा अर्थ आज मला स्पष्ट समजतोय. परवरदिगार मला माफ कर. या घराण्याच्या मुलींनी गायचं नाही असा नियम कुठचं नाही. संगीत ही तर कला आहे. या भारताची शान म्हणजे, आमचं भारतीय संगीत. प्रत्येक भारतीय त्याचा वारस आहे. मग? स्वर्गीय आवाज घेऊन जन्माला आलेल्या गुलबदनला हा गाण्याचा अधिकार नाकारणं, हा अक्षम्य गुन्हा नव्हे? कोठीवरची केसर, लक्ष्मी किंवा चंपा जर गाऊ शकते, त्यांचा धंदा करु शकते आणि ते गाणं मी त्यांना शिकवू शकतो, तर ...

गुलबदनला मी ते का नाकारलं? विलायतला, गाण्यात रस नाही, म्हणून दुःखी झालो आणि आश्रित दिलावरवर मेहनत घेतली. आणि गुलबदनचा गाण्याचा हक्क मात्र हिरावून घेतला. मी गुन्हेगार आहे. परवरदिगार मला माफ कर. माफ कर."

जमिनीवर कपाळ आपटून घेत अमिनखां रडत होते. बडबडत होते. भिंतीवर जणू हजारो आरसे लावले होते आणि त्या प्रत्येक आरशातून त्यांना स्वतःची प्रतिबिंब दिसत होती.

कधी अहंकारी तर कधी संतापी, कधी हुकुमत गाजवणारा अहंमन्य आणि गुरुच्या ऋणांतून मुक्त न झालेला अमिनखां. कितीतरी वेळ, तसेच हतबल होऊन बसले होते. किती तरी वेळ!

रात्रीचा काळोख, पहाटेच्या कोवळ्या प्रकाशात मिसळून पार नाहीसा होत आला होता. पूर्वा लाल रंगानं एक वेगळे रुप धारण करत होती. आता सूर्योदयाची वेळ जवळ येऊन ठेपली होती. बाजूच्या खिडकीतून त्याची सौम्य जाणीव, अमिनखांच्या मिटलेल्या डोळ्यांना होत होती. या वेळेपर्यंत मनाचा सारा दाह ओसरून गेला होता. एका निर्णयापर्यंत अमिनखां आता पोचले होते. शांत मनानं त्यांनी चटई गुंडाळून कोपऱ्यांत ठेवली. आणि थरथरत्या पावलांनी चालत ते दिवाणखान्यांत आले. किती तरी दिवसांनी! आपली वाद्यं, बैठकीची जागा, ते बघत होते. त्यांचे डोळे भरून आले. "अरे, बुढा झालो म्हणून काय झालं? छातीत अजून

दम आहे. गळ्यांतला सूर हरवलाय थोडाच? हरवला होता तो आत्मविश्वास पण आता बाहेरच्या उतरत्या सूर्यकिरणांसारखं मन कसं, लखलखीत झालंय. साऱ्या चुकांची स्वच्छ जाणीव झालीय. जे झालं ते गेलं. पार गंगेत मिसळलं. पण गंगा तर वाहणारच आहे ना? संगीताची ही कावड,कुणी तरी वाहायला हवी ना?''

" अरे, खांसाब अमिनखां समर्थ आहे. नवा सूर घडवायची ताकत आहे अजून, काय समजलात?''

स्वत:शी बोलत, अमिनखां, एकेक वाद्यं बाहेर काढत होते. दोन तानपुरे गवसणीतून बाहेर आले. तबल्याची जोडी सज्ज झाली. आणि सारंगीच्या तारा गजाच्या स्पर्शाची वाट पहात राहिल्या. सारी बैठक मनासारखी जुळून आली आणि अमिनखांना हसू फुटलं. आजच त्या दोघा शहाण्यांना निरोप धाडतो. कळवतो. त्यांना, की बाबांनो, वेगळ्या चुली मांडल्यात ते एक ठीक पण आपलं घराणं एक. एक गुरु. एका रक्ताचे तीन भाऊ आपण! घराण्याचा गायक, वादकाचा वारसा जसा आपोआप आला,तशीच ते गाणं टिकविण्याची जबाबदारीपण! हां. हां. मालूम है, जानता हूँ. तुमच्या नाराजीचं कारण मी जाणतो. उद्या या. आणि पहा करिष्मा? खूष व्हाल.''

आपल्या या नव्या निर्णयानं धाकटे दोघे भाऊ खूष होणार या खात्रीनं अमिनखां बोलत होते. आता मात्र ते गंभीर झाले. दरवाजात पडलेली फुलांची पुडी उघडून, त्यामधली फुलं त्यांनी वाद्यांवर घातली. उदबत्त्यांची जुडी पेटवून, कोपऱ्यातल्या पात्रात खोचली. आणि तानपुरा छेडला. त्याचा टणत्कार साऱ्या घरातून निनादत स्वयंपाकघरात पोचला आणि गुल दचकली. तो आवाज आपण खरंच ऐकला? की?

भास झाला? नेहमीप्रमाणे?

तिनं गडबडीनं गरम दूध, पेल्यात ओतलं आणि घेऊन ती दिवाणखान्यात पोचली. जे बघत होती, त्यावर विश्वास ठेवणं तिला जड जात होतं. तिच्या आब्बाजाननी डोळे मिटून घेतले होते. आणि त्यांची बोटं तानपुरा छेडत होती. गुलनं आवाज न करताही, गुलचं येणं, दरवाजात स्तब्ध उभं राहणं त्यांना जाणवलं. ते म्हणाले, "ये बेटी, बैस, आणि तो तानपुरा घेऊन षडज् लाव कसा?''

"मी?''

आता तर गुलचा कानांवरचा विश्वासही उडाला. "हां, तूच दुसरं आहे कोण? या घराण्याचा खरा सूर तुझ्या गळ्यात असताना, मी शोधत फिरत होतो जगभर. कस्तुरीमृगासारखा. उद्यापासून घरची सारी कामं अमिनाबी सांभाळेल. आणि तू अखंड रियाज... पूर्वी तू फक्त माझं गाणं ऐकून त्याची नक्कल करायचीस. पण ते खरं नव्हे.आता यानंतर खरं शिक्षण सुरू होईल. पण कंटाळायचं नाहीस? गंडाबंधन

करताना, गुरू म्हणून मी गूळ आणि चणे तुझ्या तोंडात घालणार आहे. ते लोखंडाचे चणे पचवले तर कुठं आवाजांत गुळाची मिठास येईल.''

''पण आब्बाजान.''

तिला बोलू न देता, अमिनखां म्हणाले. ''हां. जानता हूँ! दिलावर. एक दिवस तुझी जाहीर बैठक होईल. त्या बैठकीचं निमंत्रण दिलावरला मी पोचवेन. त्याला मानानं पहिल्या आसनावर बसवून म्हणेन, ऐक बेट्या स्त्री किती सुंदर गाऊ शकते, ते ऐक. जातोय कुठं दिलावर? दिवसभर भटकलेला राही, रात्री घरी येतोच ना? तसं दिलावरला यावं लागेल. तुझे सूर त्याला खेचून आणतील. तेवढी शक्ती त्या सुरांना नक्कीच येईल.'' ''आबाजान!'' गुलबदन लाजून लाल झाली तशी त्या नव्या कल्पनेनं शहारुनही गेली. भल्या सकाळच्या प्रहरीपण तिला तिची आवडती पहाटवेळ आठवली.

काळोखांत उतरणारी पहाट आणि आभाळात ठळकपणे नजरेत भरणारी ती शुक्राची चांदणी! नजेरसमोर उभी राहून तिला आव्हान देत होती. संगीताच्या विशाल आकाशातली चांदणी गुलबदनच होती. परिश्रम घ्यायला हवे होते.

भारावून गेलेल्या गुलबदननं, अमिनखांच्या पायावर माथा टेकवला. तानपुरा लीलया खांद्यावर पेलत तिनं भूप रागाचा आरोह छेडला.

सा ग प ध सा... तिचा षडज् तंबोऱ्याच्या तारांत मिसळून गेला. आणि तो त्या घरातून सतत ऐकू येणारा चिरपरिचित स्वर ऐकून, वळचणीत पंख मिटून बसलेल्या पारव्याच्या जोडीनं आकाशझेप घेतली. आनंदाने!

◆

सगुणी

भर मध्यरात्रीची वेळ! देशमुखांच्या त्या भल्यामोठया ऐसपैस पसरलेल्या मळयांत किर्र काळोख पसरला होता. रातकिड्यांनी त्या काळोखाच्या भीतीनं आपलं किरकिरणं सुद्धा बंद केलं होतं. ऐन कार्तिकाचं ढासं वारं, मळाभर घुसून, झाडा पानांना हालवून जागं करत होतं. त्या वाऱ्यानं साऱ्या मळयांत जणू थैमान घातलं होतं.

मळ्याच्या मध्यभागांतच देशमुखांचं कौलारु फार्म हाऊस होतं. काळ्या दाट काळोखात त्या फार्म हाऊसच्या कौलांतून येणारी उजेडाची तिरीप. हीच केवळ एक जाग होती माणसांच्या वस्तीची. एरवी तो मळा, नदीकाठावरची ऊसाची ती शिवारं, झाडं, गवताची कुरणं..कुठं, कुठंच, कुणाची जाग नव्हती... कशाचीही... फक्त वाऱ्याचा सुसाट आवाज...

फार्म हाऊसच्या, ओसरीवर राणूबाबा घोंगडी पांघरुन पायाचं मुटकुळं पोटाशी धरून बसला होता. त्याची घुंगराची काठी आणि कमरेचा विळा, त्यानं बाजूलांच ठेवला होता. बाहेरचा काळामिट्ट अंधार, झपाटून, वेड्यासारखा भिरभिरणारा वारा याचं भान राणूबाबाला नव्हतं. त्याचा सारा जन्म, दिवस आणि रात्री, या मळयाची राखण करण्यांतच गेला होता. राणूबाबा आणि त्याची कारभारीण, परबता दोघांची खोपटीही या मळयांत होती. थंडी,पाऊस, धुक्यानं भरलेल्या अनेक रात्री राणूबाबानं बघितल्या होत्या.. पण अशी भयानक रात्र.

"इट्टला पांडूरंगा, इरोबा... काय रं हे बाबा?"

"द्येवा, बापा? अरं... ही माणसं म्हणायची का राक्षसं? छा.छा. कसली ही तालेवार घराणी. ही श्रीमंती. घरचा पोरगा... इथं वाऱ्यावर पडलाय... मरणाच्या दारांत तरणीताठी सून आणि पोरगा यांना इथं टाकून सगळ्यांनी हात झटकून टाकायचे? सगळे सोयरे या टाइमाला देशमुख वाड्यांत आरामात झोपलं असणार... रस्सा, पुलावा ओरपून? आणि महारोग्याला बाहेर काढावं...

अशी ही दोन पोरं या मळ्यात? कसला बाप आणि कसला चुलता आणि भाऊ तरी कशाच? बिनकाळजाची माणसं.''

"हां ! आईचा जीव दुकत असणार. पण तिचं काय चालणार पुरुषमाणसांसमोर? छां छां. द्येवा, इरोबा हयेंच्यापरास मेंढर बरी की! एकाला दुकलं, तर दुसरं बँ बँ करत उभं राहतं. पण ही माणसं कलियुग रं बाबा. कलियुग बरं. प्रत्येक माणसांत कलि शिरलाय. खरंच की म्हणजे... हे सम्दे राकूसच. ना दया. ना माया.''

म्हातारा राणूबाबा, एकटांच बडबडत होता. त्याचा आवाज ऐकून परबता बाहेर आली. त्याच्या शेजारी भिंतीला टेकून बसत म्हणाली,

"म्हाताऱ्या, धाकल्या धन्याचं काय खरं न्हाय. उद्याचा दीस बघतील असं वाटत नाही. देवी, सातेरीमाय, त्या पोरीचं कसं हुनार गं माये? अक्षी लक्ष्मीवानी रूप. आणि गुणानं तर तुळस पण नशिब ह्ये असलं इदरुप? आमच्या अडाण्यांच्या पोरीबाळी आनंदान संसार करत्याल; पन देशमुखांची ही सून? लग्न करुन, हळदीच्या अंगानं, वाड्यांत आली, तवा पोर कशी रसरशीत होती. कमळाच्या फुलागत? त्या रात्री म्यांच दिष्ट उतरवली न्हवं. अशी लाजत हुती. पन्. तेवडंच! त्यानंतर.. पोर कदी हसूस नाय की काय न्हाय. मोठ्या मालकिणीनं छळायला सुरुवात केली बघ. पोरीनं सोताला मिटून घेतल पांकरागत आंतल्या आंत! असा सासूरवास की जिचा तिला ठावं. तेवडं कमी पडलं म्हनून भरीस भर ह्यो धाकल्या धन्याचा आजार..''

"पर, एक गोष्ट सांग, परबता, धाकल्या धन्याला झालंय तरी काय? मळ्याच्या मोकळ्या हवेत सुधारतील म्हून इथं आनून पोचवलं दोघास्नी... सुधारनं तर दूरच पर झिजतच गेले की?''

राणूबाबाला थांबवत परबता म्हणाली, "ते खरं रं. पन् वाड्यातनं कुनीबी येत कसं नाही? दूध, फळं, जेवान्, औषदं, डॉकदर... समदं येतं... पण मान्सं? रक्ताची मानसं? ती का येईनात? डाकदर, रोज येतो. विंग्रजीत धाकल्या बाईला कायतरी सांगतो आनि खालमानेनं निघून जातो. मी तर सातेरीमायला, इरुबाबाला शंबर नवस बोलून घेतलस. त्या पोरीसाठी रं?''

"खरं हाय. परबता. खरं हाय. लहानाचा म्हातारा त्या वाड्यातच झालो पण धाकल्या बाईगत अश्राप जीव अजून बघितला न्हाय. सती सावित्री म्हणंनास?''

राणूबाबा आणि परबता आंतल्या खोलीत बसलेल्या ज्या सती सवित्रीचा विचार करत होते, ती सगुणी, देशमुखांची सून, एकटक नजरेनं, सलायन मधून पडणाऱ्या एका एका थेंबाकडे बघत बसली होती. बाजूच्या कॉटवर निस्तेज पडलेलं एक शरीर. पातळ चादरीतून श्वास चालू होता म्हणून केवळ ते शरीर जिवंत होतं. पण त्याखेरीज जिवंतपणाची एकही खूण दिसत नव्हती. डॉक्टर काल सांगून गेले होते.

"एनी मोमेंट" कोणत्याही क्षणी सारं, संपणार होतं. संपणार होतं म्हणजे?

सगुणाच्या दृष्टीन... सारं काही... केव्हां... फार मागेच सारं संपून गेलं होतं. मृत्यूपेक्षा भयानक असे चटके देणारे क्षण सगुणीनं पूर्वीच अनुभवले होते. गेली दोन वर्षे ते क्षण अनेकदा आले आणि गेले होते. त्यावेळी डोळ्यांतून अश्रूचे पूर वाहून गेले होते. काळीज गोठून जावं, साऱ्या नाजूक भावना मरुन जाव्यात...असे ते क्षण.

कसे सोसले ते क्षण आपण.

तो रुक्षपणा, ते अपमान, तो दुरावा, ती अलिप्तता? सोसली तरी कशाच्या बळावर? शिवाय तो जीवघेणा सासूरवास... वाडाभर वावरणारी ती अहंकारी माणसं... माणसं

माणसं होती ती? की गलिच्छ जनावरं?

काळीज नसणारी का?

उलट्या काळजाची?

सगुणीला आठवत होतं.

लग्नापूर्वी भेटलेलं ते माणसांचं जग... त्या जगांत, फुलं होती. गाणी होती, नद्या होत्या आणि हिरवीगार कुरणं आणि निळं आकाश, त्या सर्वांमधून वाहात होतं. प्रेम... प्रेम दिलं घेतलं जात होतं. तिथं माया होती... कणव होती. आणि माणूसकीसुद्धा... लग्नापूर्वीच ते जग कुठं हरवूनच गेलं आणि हे माणसांचं कातडं पांघरणाऱ्या लांडग्यांचं जग भेटलं. नियतीनं अचूक नेऊन पोंचवलं. त्या जगांत त्या क्षणापासून... सारं संपलं होतं. मग?

हे डॉक्टर नवीन काय सांगताहेत?

एनी मोमेंट... कोणत्याही क्षणी... काय संपणार आहे? हा मंद चालणारा त्याचा श्वास. सलायनच्या उपड्या बाटलीतून मंदपणे उतरणारा... तिथंच थबकणारा आणि खाली उतरणारा तो थेंब...?

बंद पडणार आहे. कोणत्याही क्षणी.

त्यानंतर?

टक्क कोरड्या नजरेनं, समोर बघत बसणारी सगुणी अशी विचारांत हरवून गेली होती. आजच नव्हे तर गेली दोन वर्षे...

आता उठसूठ रडू येत नव्हतं की, भीतीनं काळीज गोठून जात नव्हतं. घालून पाडून बोलून लाघट वार केले तरी संतापही येत नव्हता. साऱ्या घटना नीट समजून आल्या होत्या. ऐन पंचविशीच्या पूर्वी मन कसं घट्ट निबर झालं होतं. इथून जायला हवं होतं. मग कशाची वाट बघतोय आपण?

सगुणी कासावीस झाली.

"आसमा, आसमा."

तिनं हळूच आसमाला हाक मारली. आसमा! सगुणीची बालमैत्रीण... लग्न लागून यांच गांवी आली होती. एका जज्जची पत्नी होती. सगुणीच्या लग्नानंतर एक वर्षानी आसमा लग्न लागून या गांवी आली. सगुणीची मुकी व्यथा आसमानं ऐकली मात्र, ती किंचाळून म्हणाली,

"काय? काय सांगतेस गुणे? लग्न लागून एक वर्ष झालं, आणि त्यानं तुला स्पर्शही केला नाही? पण का? काय कमी आहे तुझ्यात? की. त्याच्यातच?"

"हळू बोल गं आसमा, कुणी ऐकेल."

"मग? ऐकेना? मी असते, तर ओरडून दंगा केला असता. म्हणे तुझं माझं नातं हा फक्त देखावा! अरे वा? मग लग्न तरी का केलं त्यानं? रास्कल, झोडपून काढलं पाहिजे. म्हणे आईवडिलांची समजूत घालण्यासाठी लग्न केलं? आणि बळी तुझा घेतला? थांब मी विचारते त्याला. त्याच्या आईला... त्या देशमुखीणबाईला, तुला छळ छळ छळते वरुन... गुणी का सोसतेस हे सगळं? आपण असं सोसतो आणि अन्याय वाढत जातात. अग बाई? बोल ना काहीतरी?"

आसमाला त्या क्षणी दुःख, संताप आवरत नव्हता. केवळ शेती, मळे, वाडा, घराणं इतकंच बघून जे जे लग्न ठरवलं, जातं, त्या लग्नाची शोकान्तिका आसमा बघत होती. हादरुन गेली होती.

सगुणी म्हणाली,

"आसमा माझी शप्पथ आहे तुला. कुठं बोलू नकोस. माझ्या आईला कळता उपयोगी नाही समा. दुःखानं मरुन जाईल बिचारी."

"पण त्याच्या विक्षिप्त वागण्याचं कारण? निदान... ते तरी सांग?"

"त्यांचं प्रेम होतं स्वप्ना नावाच्या मुलीवर. ते लग्न जवळ जवळ ठरल्यांतच जमा होतं. घरच्यांना मान्य होतं."

"मग?"

"एके दिवशी, स्वप्नावर गुंडांनी बलात्कार केला. तो खटला खूप गाजला होता. आठवतं? सारे आरोपी पुराव्याअभावी निर्दोषी म्हणून सुटले. आठवतं? ती स्वप्ना."

"पुढं?"

"अर्थातच लग्न मोडलं. त्या मुलीला सून म्हणून देशमुख कसे स्वीकारणार?"

"अरे? पण यानं काय बांगड्या भरल्या होत्या की काय? त्या मुलीच्या पाठीशी ठामपणे उभा का राहीला नाही? का लपला तो घराण्याचं पांघरूण पांघरून? मूर्ख! मग... जन्मभर लग्न करायचं नव्हतं? अग, लग्नं तर केलं? आणि तिच्या आठवणीवर झुरतोय आता? तुला स्पर्श न करता दूर राहतोय एका खोलीत रात्र घालवता तरी कशी? आणि वरुन ही देशमुखीण तुला बोलतेय की वर्ष झालं.

पाळणा हालला नाही. नवऱ्याला आनंदांत ठेवा सुनबाई. स्टूपिड! गोळ्या घालाव्या एकेकांना" आसमा संतापानं फुलली होती. "समे, आक्रस्ताळेपणा करू नकोस हं, बघू हे असेच थोडं रहाणार? बदलेलंच ना थोड्या दिवसांनी?"

सगुणी तिची समजूत घालत होती. आसमा म्हणाली.

"हो बदलेल की त्याची सेवा कर. त्याचं पाय धूत जा. पूजा कर त्याची. ते का? आरती सुद्धा कर त्याची तुझ्यासारख्या साध्या भोळ्या मुली असतात म्हणून तर ह्या पुरुषांचं फावतं देवदास व्हायला बघतोय... तुझ्या जीवावर... नांव काय त्याचं?"

"विश्वास"

"हं! विश्वास म्हणे हं! विश्वासघातकी आणि त्याची स्वप्ना? ती कुठं आहे?"

"मला काय ठाऊक?"

"का? विचार की तुझ्या त्या देवदासाला. भेटते मी तिला."

"माझे आई, असं काही करु नकोस बाई." सगुणा घाबरुन म्हणाली.

आसमा हसत म्हणाली, "असं नाही करणार मी, सगुणी, पण या जगाचा अर्थच मला लागत नाही. आणि तुझ्यासारखी गुणी माणसं का शिक्षा भोगतात? काहीच समजत नाही."

आपल्या 'स्वप्ना' बंगल्याच्या पोर्चमध्ये उभ्या असणाऱ्या मारुती व्हॅनचा दरवाजा बंद करूनं स्वप्नानं गाडी स्टार्ट केली. सफाईनं गेटबाहेर काढली. रेड वाईन कलरची तिची प्रशस्त मारुती रस्त्यावरुन धावत होती. ऑफिसच्या दिशेनं.

डोळ्यांवर काळा गॉगल, बॉबहेअर, जीन्स कुडता घातलेली देखणी स्वप्ना... सिग्नलजवळ गाडी जरा थांबली. वैतागून स्वप्नानं मनगटावरचं घड्याळ बघितलं. अजूनी वीस मिनिटे अवकाश होता. स्वत: स्वप्ना वेळेबाबत फार जागरुक होती. ठरलेलं काम त्या त्यावेळी झालंच पाहिजे. हे ती कटाक्षाने पाळायची. आजची मिटींग खूप महत्त्वाची होती. स्वप्ना ॲड बरोबर डिलिंग करण्यासाठी पुण्याहून खास माणसं आली होती. जर टर्मस् जमल्या तर... लाखांचा फायदा होता. पैसा, नांव, स्टेटस् प्रसिध्दी, झगमगाट, उच्चभ्रू समाजांत वावरणं... याचं व्यसन लागलं होतं स्वप्नाला. गेल्या तीन वर्षात तिनं ते सारं वागणं आत्मसात केलं होतं. त्याचा कैफ चढला होता मनांवर.

गाडीच्या काचेतून तिनं बाजूला सहज नजर टाकली. तिच्या गाडीला समांतर अशी दुसरी गाडी त्याच सिग्नलपाशी थांबली होती. त्या गाडीतून दोन डोळे तिला न्याहाळत होते. वासनेनं भरलेली ती नजर... शी... शहारून स्वप्नानं नजर वळवली आणि गाडीला स्पीड दिली.

हरामखोर जनावरं. रास्कल, गोळया घालायला हव्यात. यांच्या बायका कशा सेफ ठेवतात घरात आणि टेहळत फिरतात. हुंगणारी कुत्रीच ही! संतापाच्या ठिणग्या मस्तकातून ताड ताड उडत होत्या. नजरेसमोर रस्ता होता. माणसांचे पूर धांवत होते.

हे सारं बघताना स्वप्नाला आणखी बरंच काही दिसत होतं. चार वर्षापूर्वी घडलेल्या त्या घटना कशा विसरायच्या?

पुण्यातल्या बंडगार्डन परिसरातला शांत रस्ता. तिनीसांजेची वेळ, सायकल दामटत घरी निघालेली स्वप्ना अन् अचानक एका जीपमधून तिचं अपहरण... तो निर्मनुष्य माळ आणि मक्याच्या शेतांत तिच्यावर झालेला पाशवी बलात्कार. त्या धडपडीत मक्याची धाटं मोडून आडवी झाली आणि स्वप्नापण... कशी बशी झेलपाटत, पोलिस चौकी गाठली. पोलिस चौकीतही मध्यरात्र... तिथला पोलिसांचा अमानूष बलात्कार...

"कार्टे, झालं ते पुरे नव्हतं? पोलिस कम्प्लेंट द्यायला कशाला कडमडलीस? गप्प घरी येऊन पडायचसं? आता हे बघ" आई, बाबा, भाऊ किंचाळत होते. वर्तमानपत्रात ठळक बातम्या, फोटो, रकानेच्या रकाने भरुन वर्णनं... यानंतर महिलांचे मोर्चे, निवेदनं, घोषणा, आश्वासनं-ती कोर्ट केस आणि निर्दोष आरोपी...

सारं सारं गाडी चालवणाऱ्या स्वप्नाला स्वच्छ आठवत होतं. त्यापेक्षा आठवत होता विश्वासनं दिलेला दगा. तिच्यावर जिवापाड प्रेम करणारा विश्वास, तिला पाठ फिरवून निघून गेला.

"मला माफ कर स्वप्ना. पण माझे आई वडील आता या लग्नाला कदापी संमती देणार नाहीत. आय ॲम सॉरी. क्षमा कर मला." क्षमा? कुणा कुणाला क्षमा करणार होती स्वप्ना? त्या गुंडाना, पोलिस ऑफिसरला? न्यायदेवतेला? विश्वासला? की? नियतीला; पैशाची पोटली हाती देऊन, घराबाहेर घालवून देणाऱ्या आई वडिलांना? कुणाला?

ऐन वेगांत चाललेली गाडी पुन्हा पुढच्या सिग्नल पाशी थांबली."हॅलो वाईन रेड" पलिकडच्या गाडीतून हॅलो आला "हॅलो? माय फुट" गिअर दाबत स्वप्ना उद्गारली. ती कुणालाच माफ करणार नव्हती. त्यानंतर पुणं सोडून ती मुंबईत आली. एका बऱ्यापैकी हॉटेलांत तिनं रूम भाडयानं घेतली. आणि दरवाजा बंद करुन... कितीतरी दिवस स्वत:ला बंद करून घेतलं. खूप दिवसांनी तिनं बाहेर जाण्याच्या तयारीतच दरवाजा उघडला. ती स्वप्ना वेगळीच होती. जिद्द, इर्षा, सूड यानं पेटलेली स्वप्ना... तिनं जीव पणाला लावून ॲडव्हर्टायझिंग कन्सर्न सुरु केली.

उदयोगधंद्याचे सारे बारकावे समजून घेतले. त्या साऱ्या घटना आता खूप मागे गेल्या होत्या. आई वडील आनंदात होते. बहिणींची लग्न झाली होती. विश्वासचं

सुद्धा! स्वप्नानं यशाचं, वैभवाचं शिखर गाठलं होतं. पण मन? ते मात्र धगधगत होतं अखंड!

विश्वास. विश्वासवरचा राग ती आजही विसरु शकली नव्हती. स्वप्नाला रस्त्यावर सोडून, त्यानं खुशाल संसार थाटला होता. मग ते प्रेम? ती वचनं? शपथा?

स्वप्नाचे दिवस भराभरा पुढे सरत होते. आणि अचानक नियतीनं नवा धक्का दिला होता. स्वप्नानं ब्रेक लावले. गाडी पुन्हा ग्रीन सिग्नलजवळ थांबली. तो दिवस स्वप्नाला आठवला. पूर्वीच्या साऱ्या घटनांवर, संकटावर कळस ठरणारा तो दिवस... स्वप्नाला आठवला. छातीची धडधड वाढली. कपाळावर घाम डंवरला. हातांना सूक्ष्म कंप जाणवला, पायांना मुंग्या आल्याचा भास, आठवत होते डॉक्टरांचे शब्द, "सॉरी मॅम, तुमचं रक्त चालणार नाही, तुम्ही जाऊ शकता."

"पण का? मला रक्तदान करायचं आहे. कर्तव्य भावनेनं आलेय. जबाबदारी समजून"

"मॅम इथं वाद घालू नका. आंत या" स्वप्ना डॉक्टरांच्या केबीनमध्ये हतबद्ध बसली होती.

"एच.आय.व्ही.पॉझिटीव्ह." रक्ताचा रिपोर्ट समोर ठेवला होता. "पण डॉक्टर, कसं शक्य आहे?" तिनं विचारलं. खांदे उडवत डॉक्टर म्हणाले,

"ते तुम्हालांच ठाऊक मॅडम, मी काय सांगू?" स्वप्नाचा चेहरा उतरुन गेला, घसा कोरडा पडला. डॉक्टर म्हणाले डोन्ट वरी मॅडम. तुम्ही सुदृढ आहांत. मला वाटत नाही काही प्रॉब्लेम येईल. काळजी घ्या. वजन उतरता कामा नये. अशक्तपणा जाणवेल इतके श्रम करू नका. ताप आला तर रेंगाळू देऊ नका. सर्दी, खोकला होता कामा नये. मुख्य म्हणजे डायेट-डायटिशिअन्‌कडे जाऊन नीट समजून घ्या. अशाच नॉर्मल रहाल तर अनेक वर्षे काम करु शकाल. आणि मॅडम...

"यस् आय नो डॉक्टर. पण असा कुणीही पुरुष माझ्या जीवनात नाही. आणि कधी येणारही नाही." मग? "मग हे कसं घडलं? हाच ना प्रश्न? डॉक्टर, नियतीनं शिकार केलीय माझी. हेल्पलेस्. टोटली हेल्पलेस् आहे मी."

"म्हणजे?"

"जाऊ दे डॉक्टर, सांगेन कधीतरी पण मला सांभाळून घ्या डॉक्टर. लक्ष द्याल माझ्याकडे? मी दर आठवड्याला चेकअप्‌साठी येईन. मला जगायचं आहे. डॉक्टर, चांगल जगायचं आहे."

"डोन्ट वरी मॅडम. आम्ही आहोत ना? फक्त मनानं खचू नका. बी चिअरफुल. यंग लेडी. काळजी करू नका. तुम्ही जगणार आहांत ते मनाच्या बळावर. केव्हाही या. आम्ही आहोत!"

तो आघातही स्वप्नानं पचवला. बलात्काराचा डाग म्हणून लादलेला तो रोग... जो भयानक होता. मृत्यू हाच ज्याचा शेवट होता. तो मृत्यूचा विळखा... कोणताही गुन्हा नसताना स्वप्ना भोगणार होती. सगळे अन्याय करण्यासाठी मीच सापडले नियतीला? पण का? त्याचं उत्तर कोण देणार होतं स्वप्नाला?

इतर साऱ्या वास्तवाप्रमाणं स्वप्नानं हा आघातही पचवला. तिनं स्वत:ला सावरलं होतं. जीवनाचं रुटिन नीट आखून घेतलं होतं. मरणाचा विचार दूर ठेवला होता. आणि आनंदानं जगणं सुरू केलं होतं. तब्येतीवर पूर्ण लक्ष दिलं होतं.

सारे सिग्नल पार करून, स्वप्ना कॉन्फरन्स हॉलमध्ये पोचली. सारेजण तिची वाट बघत होते.

"सॉरी, सॉरी उशीर झाला. पण काय करणार? ये है बाम्बे सर, पुणे नव्हे. ट्रॅफिक सिग्नल्स सारं पार करुन इथं धावावं लागतं." तिनं हसत हसत मिटींगला सुरुवात होती. आणि ती बघतच राहिली. पुण्याहून आलेल्या त्या डेलिगेशनमधून विश्वास आला होता. त्या घटनेनंतर तीन वर्षांनी ती विश्वासला बघत होती. कपाळाची शीर उडत होती. मनांत एक ठिणगी..."हॅलो!" सफाईदार हसत तिनं शेकहॅन्ड केला. आणि एका नव्या पर्वाला आरंभ झाला होता.

तिचं लाघवी वागणं, तिचं यश, कर्तृत्व साऱ्यांमध्ये विश्वास अचूक गुरफटत गेला. खरं तर त्यानं मनापासून प्रेम केलं होतं ते स्वप्नावरच, पत्नीला त्यानं कधी स्पर्श केला नव्हता. ज्या असहाय्य अवस्थेत स्वप्नाला त्यानं आधार द्यायला हवा होता, त्यावेळी त्यानं कच खाल्ली होती. आई वडिलांची इच्छा म्हणून लग्नही केलं पण स्वप्नाला तो विसरु शकत नव्हता.

"माझं प्रेम आहे स्वप्ना तुझ्यावर. खरं मनापासून!" स्वप्नाला त्यानं हे अनेकदा ऐकवलं. पटवून देण्याचा प्रयत्न केला पण स्वप्ना... तिचा कुणावरही विश्वास नव्हता. ना विश्वासवर ना प्रेम या शब्दावर.

तिला फक्त सूड घ्यायचा होता. त्याप्रमाणे तिनं यश मिळवलं, पैसा मिळवला, स्टेटस, प्रसिध्दी... आणि शेवटी विश्वास सुद्धा.

एच.आय.व्ही.पॉझिटीव्ह! तो रिपोर्ट टेबलाच्या खणांत होता. मॅडम बी केअरफुल डॉक्टर दर आठवड्याला सांगत होते. पण स्वप्नानं विश्वासला विळख्यात घेतलं होतं. जगायचं त्यानं... आणि मरायचं मात्र मी का? ते एच.आय.व्ही पॉझिटिव्ह विश्वासला मुक्तपणे देऊन मग कठोरपणे बाजूला केलं होतं. बाजूला करताना तो रिपोर्टही दाखवला होता. ती स्वत: अजूनही ओ.के. होती. "चिअरफुल अॅज युजवल डॉक्टर. बट आय नो डॉक्टर, मी तयार आहे. डॉक्टर, माझा या स्वार्थी दुनियेशी काही मतलब नाही. आय अॅम रेडी टू वेल कम माय डेथ... एनी मोमेंट डॉक्टर मी तयार आहे."

दर आठवड्याला ती डॉक्टरांना सांगायची. पण सफाईदार वागताना कुठतरी एक जाणीव बोचायची. विश्वास! त्याच प्रेम कदाचित ते प्रेम खरंच असावं. तर मग? आपण केलं ते? चुकलंच. सारं गणितच चुकलं आपलं. कसा असेल विश्वास? विश्वास मात्र त्यानंतर सहा महिन्यांतच कोसळला होता. त्याचं वजन झपाट्यानं उतरलं होतं. अन्न पचत नव्हतं. जिभेवर राप चढला होता. ताप येत होता. जोडीनं अशक्तपणा... काय झालंय याला? घरचे चिंता करत होते. आणि... त्याचा ब्लड रिपोर्ट बघून घरचे सारे हादरुन गेले होते. हा रोग?

घराण्याला कलंक आणि...

मानहानी...

"पाठवून द्या त्या दोघांना मळ्यांत. नकोच ते अवलक्षण."

"आणि सोबत त्याची बायको जाईल. निस्तरेल सगळं. तिनंच आणलं हे घरात?"

"आमच्या घरांत हे कुठून येणार? तरी बरं पोर बाळ झालं नाही."

विश्वास पाठोपाठ जाणाऱ्या सुनेवर वार करण्याची शेवटीची संधी पण सासूनं सोडली नव्हती.

गेले दोन महिने सगुणी या फार्म हाऊसवर राहत होती. मनापासून त्याची सेवा करत होती. रोज रोज खचत जाणारा विश्वास तिच्या वागण्यानं थक्क झाला होता.

"मला माफ कर सगुणा. तुझ्यावर फार अन्याय केलाय मी! तुझ्यासारखी सगुणी जवळ असताना, मी स्वप्नासाठी झुरत राहिलो. ती स्वप्ना... जिनं जाणून बुजून हे विष माझ्यांत पेरलं. प्रेम म्हणजे फक्त कल्पना नव्हे. जी मी केली. आणि प्रेम म्हणजे सूडही नव्हे. जो स्वप्नानं घेतला. प्रेम म्हणजे क्षमा, सेवा, त्याग... जे सारं तुझ्याजवळ आहे."

"मी तर जाणारच. पण तू ? तुझं कसं होणार? ही माणसं तुला इथं राहू देणार नाहीत."

विश्वासनं त्या दोन महिन्यांत सगुणीजवळ मन मोकळं केलं होतं. सगुणीसाठी कासावीस झाला होता.

"मी भाग्यवान आहे सगुणी. तुझ्यासारखी देवी या शेवटच्या क्षणी माझ्याजवळ आहे."

बस्स! हेच शेवटचे शब्द. त्यानंतर तो कोमांत गेला होता. संथ श्वास अन् सलायनचा थेंब...

"आसमा, उठ आसमा ते बघ?"

आसमाचा डोळा लागला होता. ती दचकून जागी झाली. तिनं बघितलं. सारं संपलं होतं. शांतपणे आसमानं सलायनची सुई काढली. आणि पांढरी चादर त्या

क्षीण शरीरावर पांघरली. उशाला समई पेटवून ठेवली. बाहेर जाऊन कानोसा घेतला. राणूबाबा, परबता आडवे झाले होते. वाड्यांत निरोप पाठवावयाचा तो सकाळीच.

नाहीतरी कोण येणार होतं त्या वादळवाऱ्यांत? आसमानं बघितलं. सगुणी त्याच्या कॉटजवळ सुन्न बसली होती. आसमाचं मन भरुन आलं. बिचारी गुणी! लग्न होऊन दोन वर्ष पूर्ण होण्यापूर्वीच हे घडावं? अजून पंचविशीत सुद्धा पोचली नाही. किती सोसलं पोरीनं! आसमानं तिच्या जवळ जाऊन, मायेनं जवळ घेतलं. सगुणीला हुंदका फुटला.

"अं. हं. रडायचं नाही. खरं तर गुणी परमेश्वरानंच तुला बचावलं एकत्र राहून सुद्धा, त्यानं तुला स्पर्शही केला नाही. शेवटी तर त्यानं तुला समजूनही घेतलं. तुझं प्रेम समजून घेतलं आणि स्वत:च्या चुका सुद्धा! काहीच न मिळता, खूप मिळवलंस तू गुणी. यानंतर सुद्धा तुला जगायचं आहे. गुणी जग खूप मोठं आहे. तिथं खूप चांगली माणसं राहतात. तिथे गाणी आहेत. कविता आहेत. पाखरं, फुलं आणि खूप काही समजलं?"

सगुणी खाली मानेनं ऐकत होती. आसमा म्हणाली,

"सगुणी, या जीवनाचा अर्थ मला समजत नाही असं मी म्हणत होते ना? गुणी माणसांच्या वाट्याला भोगवाटा का यावा असं पण मी म्हणायची, पण तुझ्याकडे बघून गुणी, मला बरंच काही समजायला लागलं."

"विश्वास दुबळा होता. आणि स्वप्ना नियतीची शिकार. तसं तर तू पण नियतीचाच बळी... पण... या सर्वांतून तू धीरानं वाटचाल केलीस, ती तुझ्या गुणांच्या बळावर. स्वप्ना संपली. विश्वास गेला. आणि दया, क्षमा, शांती धैर्याची पुतळी असणारी तू... तू मात्र सारं पार केलंस. या जगात तुझ्यासारखी माणसं आहेत, म्हणून तर हे जग इतकं सुंदर आहे. चल गुणी, उद्यापासून या घराचा अन् तुझा ऋणानुबंध संपला उद्या इथून निघायचं."

"पण कुठं कुठं जाणार मी?"

"का? मी नाही? तू माझ्या घरी रहा. शिक्षण पूर्ण कर. त्यानंतर... त्यानंतर आणि त्यानंतरही, काय घडणार हे कुणी सांगावं? पण जे घडेल, ते चांगलंच असणार. विश्वास ठेव. विश्वासानं जग. खचू नकोस गुणी. मी आहे ना तुझ्यासोबत!"

आसमानं खिडक्या उघडल्या. बाहेरचं वादळवारं आता शांत झालं होतं. पूर्वा उजळत होती. सगुणी आणि आसमा भारावून ते रंग बघत होत्या. किती तरी दिवसांनी!

◆

अघोरी

आज आपल्याला नेमकं काय वाटतं आहे हे या क्षणी राजाक्काला समजत नव्हतं. आजूबाजूला आनंदाचं वातावरण पसरलं होतं. संपूर्ण लग्नमंडप उत्साहानं, आनंदानं निथळत होता. उंची कपडे, दागदागिने ल्यालेले सारे खानदानी लोक आदबशीर रीतीनं मांडवात वावरत होते. आबासाहेब आणि मांसाहेब जातीनं सर्व पाहुण्यांची चौकशी करत होते. त्यांची लाडकी लेक गुणाक्का आज त्यांच्यांसारख्यांच खानदानी कुळात लग्न होऊन चालली होती. फलटणच्या तालेवार घराण्याची इंदोरच्या खानदानी कुटुंबाशी सोयरीक होणं, ही त्यांच्या दृष्टीनं अभिमानाची गोष्ट होती. सारे नातेवाईक आवर्जून हजर झाले होते. गुणाक्काच्या भाग्याचं कौतुक करत होते. मात्र ह्या आनंदाला एक दु:खाची किनारही होती. ती म्हणजे राजाक्काच्या आधी गुणाक्काचं लग्न होत होतं. आबासाहेब पाटणकरांच्या दोन साजऱ्या लेकी... थोरली राजाक्का आणि धाकटी गुणाक्का. घराण्याच्या रिवाजाप्रमाणे राजाक्काचं लग्न आधी. आणि त्यानंतर गुणााक्काचं, व्हायला हवं होतं,पण आज लग्न साजरं होत होतं ते धाकटीचं, गुणाक्काचं. इंदोरच्या शाही पाहुण्यांनी गुणाक्काला मागणी घातली. तेव्हा आबासाहेबांना ती मान्य करणं आधी जडच गेलं होतं. पण इतकं खानदानी, तोलामोलाचं घराणं त्यांना आपणहून मिळणार असताना नकार देणंही योग्य वाटत नव्हतं. साऱ्या नातेवाईकांनी जोर धरला, मांसाहेबांनी मान्यता दिली. आणि बघता बघता लग्न ठरलं. थोरल्या राजाक्कासाठी बडोद्याच्या तालेवार घराण्यामधला मुलगा, आबासाहेबांनी हेरून ठेवलाही होता. बॅरिस्टरीची परीक्षा झाली की, तो भारतात परत येणार होता. त्याचे आईवडील राजाक्काला पाहून गेले होते. राजाक्का त्यांना पसंत होती. बस्स! मुलगा भारतात आला, की या लग्नावर शिक्कामोर्तब होणार होतं, या भरवशांवर गुणाक्काचं, धाकटीचं लग्न आज साजरं होत होतं.

पाटणकरांच्या चौसोपी वाड्याला फुलांची, दिव्यांची रोषणाई केली होती. आतल्या चिकाच्या पडद्याच्या आत चंदेरी साड्यांचा घोळ सावरत मानकरणी

बसल्या होत्या. तर वरच्या माडीवर शिकारकथा रंगल्या होत्या. वाड्याच्या पाठीमागे चुलाणं ढणाढणा जळत होती. सवळकरी मनापासून जेवण रांधत होते. इंदोरचे पाहुणे खूष व्हावेत म्हणून सारेजण राबत होते.

राजाक्का ओसरीवरच्या खांबाजवळ उभी राहून हे सारं दृश्य पहात होती. ओसरीवरच्या कोपऱ्यांत ठेवलेल्या चौरंगावर गुणाक्का बसली होती. मूळची नाजूक, देखणी गुणाक्का हळदीचं पाणी अंगावर पडताच अधिक सुंदर दिसत होती. गोऱ्या, नाजूक मनगटावरच्या सोन्याच्या अलंकारात हिरवा चुडा लखलखत होता. कोल्हापुरी साजापासून लक्ष्मी हारापर्यंतचे, सारे दागिने लेवून गौरीसारखी ती सजली होती. घराण्याचा मानबिंदू असणाऱ्या सोनसाखळ्यांनी व जोडव्यांनी तिचं वेगळेपण उठून दिसत होते. डाळिंबी चंदेरी शालूच्या पदरातून तिचा चेहरा खूप सुंदर दिसत होता.

गुणाक्काला बघून राजाक्काचा संताप उफाळून आला. देवानं गुणाक्काला मांसाहेबांचं रुप आणि रंग दिला होता आणि राजाक्का मात्र आबासाहेबांच्या रुपावर गेली होती. तोच काळा रंग, उंच, पुरुषी बांधा... दणकट हाडापेराची राजाक्का आणि नाजूक चणीची गुणाक्का परस्पर विसंगत टोकावर उभ्या होत्या.

खरं तर गुणाक्काच्या लग्नात गुणाक्कापेक्षा जास्ती कौतुक आबासाहेबांनी राजाक्काचं केलं होतं. दोघींना एकसारखे कपडे, दागिने खरीदले होते पण राजाक्का खूष नव्हती. ती खूष होणारही नव्हती हे मांसाहेब जाणून होत्या. कारण राजाक्काचा स्वभाव त्यांना पूर्ण माहिती होता. अगदी लहानपणापासून ती विचित्र स्वभावाची होती. काही चांगलं, सुंदर असं बघितलं की या मुलीच्या स्वभावात खुन्नस का चढतो हेच त्यांना समजत नव्हतं. राजाक्काच्या पाठोपाठ देखणी गुणाक्का जन्माला आली. तेव्हापासून... हो... तेव्हापासूनच राजाक्काचा स्वभाव विचित्र बनत चालल्याचं, मांसाहेबांच्या ध्यानी येऊ लागलं. रांगणाऱ्या, धावणाऱ्या आपल्या बहिणीकडे बघताना, तिच्या डोळ्यांत एक विचित्र चमक आपोआप दिसू लागे. झिनीला गुबगुबीत पिल्लं झाली, कपिलेला वासरु झालं, किंवा परसदारातली जुई फूलून आली तरी राजाक्का विचित्र नजेरनं बघत रहायची आणि मांसाहेब तेव्हाच दचकल्या जेव्हा एक एक करत झिनीची पिल्लं मरुन गेली, कपिलेचं वासरु लंगडं निपजलं आणि बघता बघता जुईची वेल सुकून गेली. या सर्व घटनांचा आणि राजाक्काचा काहीच संबंध नाही असं मांसाहेब मनाला समजावयाच्या पण मनांतून त्या सदा धास्तावून असायच्या. राजाक्काची पत्रिका त्यांनी रघूभटजींना दाखवली. ते काहीच बोलले नाहीत, पण सचिंत मात्र झाले. राजाक्काच्या लग्नापूर्वी, त्यांनी वाड्यात शांती करवून घेतली. राजाक्काच्या हातून अन्नदान, वस्त्रदान करवले. त्यानंतरच लग्नाची मुहूर्तमेढ रोवायला रघूभटजीनी परवानगी दिली. पाहुण्यांचं आगतस्वागत करताना मांसाहेबांची नजर पुन्हा पुन्हा राजाक्काकडे वळत होती. काही विघ्न न

होता... हे कार्य पार पडावे म्हणून मांसाहेब कुलदेवतेला साकडं घालत होत्या.

मनातून घुमसणारी राजाक्का खांबाजवळ उभी होती. उंची शालू, दागदागिने, पायात मानाच्या सोनसाखळ्या, सोन्याची जोडवी हे सारं, उंच बांध्याच्या राजाक्काला खरं तर शोभून दिसत होतं. पण तिचं मन जळत होतं. तिच्या आधी तिच्या लहान बहिणीचं लग्न होत होतं. सारं कौतुकाचं वलय गुणाक्कासभोवती तयार झालं होतं. कुणी बोलून दाखवायची गरज नव्हती. तरी राजाक्का जाणून होती की नकळत राजाक्का सर्वांच्या दयेचा विषय बनली होती. गुणाक्का रुपानं, बुध्दीनं आणि आता नशिबानही उजवी ठरली होती. इंदोरच्या राजघराण्यामधला देखणा मुलगा, त्यानं राजाक्काला मागणी न घालता, गुणाक्काची निवड केली. राजाक्काला वाईट वाटू नये म्हणून, आबासाहेबांनी तिला गुणाक्काच्या बरोबरीनं, दागिने, कपडे केले म्हणून काय झालं? त्या उंची वस्त्रांच्या आंतमधलं राजाक्काचं मन, तो ठणका मात्र कमी होत नव्हता. या लग्नसमारंभातून पळून जावं. निदान मळयामधल्या बंगलीत हे चार दिवस जाऊन राहता यावं असं तिला मनापासून वाटत होतं. आपल्या विचित्र स्वभावाची तिची तिलाच कधी कधी भीती वाटत होती. रघूभटजी तिला लहानपणापासून चांगला उपदेश करत. तिचं मन सत्प्रवृत्त व्हावं म्हणून, तिला स्तोत्र वाचून दाखवत. चांगल्या गोष्टी सांगत. त्यावेळी राजाक्काही चांगल्या भावनेनं वागण्याचा प्रयत्न करत असे; पण पुन्हा गाडं मूळपदावर येई.

"आक्कासाब, अशा उभ्या का वो? जाऊन बसा जी धाकल्या आक्कांलागी, आता अक्षता पडल्याकी तेंचा या वाड्यातला शेर संपला. भनी भनी येगळ्या व्हनारं."

म्हाताऱ्या तुळसाचं बोलणं ऐकून, राजाक्का विचारांमधून जागी झाली आणि ती गुणाक्काजवळ जाऊन बसली. गुणाक्कालाही अपराधी वाटत होतं. तिचं या मोठ्या बहिणीवर प्रेम होतं. पण तिची भीतीही मनातून होतीच. तिनं प्रेमानं राजाक्काचा हात आपल्या हातात घेतला. क्षणभर राजाक्काही गलबलली पण तिची नजर मेंदीनं रंगलेल्या गुणाक्काच्या सुंदर हाताकडे गेली मात्र तिच्या डोळ्यांत विचित्र भाव जागे झाले. ती म्हणाली,

"छान रंगलीय मेंदी पण हा रंग चार दिवसांचाच. एखादा ॲसिडचा थेंब पडला, तर रंगच काय हात सुद्धा उरणार नाही. उगीच प्रेमाचं नाटक नकोय मला. इतकं प्रेम होतं तर थोडं थांबायचं होतं. पण माझ्या अपमानाची पर्वा तुम्हाला कुठं आहे?"

संतापानं ती आणखीन काही बोललीही असती पण गुणाक्काचे डोळे भरून आलेले दिसले आणि मग राजाक्का स्वत:च, गडबडीनं उठली आणि मागच्या जिन्यानं माडीवरची, स्वत:ची खोली तिनं गाठली. ही खोली वाड्याच्या मागच्या

बाजूला होती. बाहेरचा गोंगाट कानांवर येत नव्हता.

राजाक्कानं पलंगावर धाडकन् अंग टाकलं. आपल्या बोलण्याची, वागण्याची तिला लाज वाटत होती. पण संताप कमीही होत नव्हता. याक्षणी साऱ्या जगाचा तिला संताप आला होता. कुलदीपची तिला आठवण येत होती. कुलदीपनेच खरं तर तिचं मन दुखावलं होतं. ह्याचा राग गुणाक्कावर निघाला होता. कुलदीप!

राजाक्काचा बालमित्र, तिच्या वाड्यांत नेहमी येणारा, तिच्या खानदानी कुळाला शोभणारा, देखणा, तिला आवडणारा कुलदीप. ह्या कुलदीपवर राजाक्कानं मनापासून प्रेम केलं होतं. आर्मी ऑफिसर बनलेला कुलदीप, राजाक्काचं सर्वस्व होता. ह्याच्याशी लग्न व्हावं, ह्याचं प्रेम आपल्याला मिळावं, असं स्वप्न तिनं कित्येक वर्षे मनाशी रंगवलं होतं. पण कुलदीपनं परस्पर त्याचं लग्न एका आर्मी ऑफिसरच्या मुलीशी जमवलं आणि लग्न लावूनच तो गावी परतला त्यावेळी राजाक्का संतापानं वेडी झाली होती. रागाच्या भरात मनातून तिनं कुलदीपला हजारोवेळा शिव्यांची लाखोली वाहिली. शिव्याशाप दिले. त्याचा संसार सुखाचा होऊ नये म्हणून रात्रंदिवस स्वत: जळत राहिली.

आज राजाक्काला सारं आठवत होते. आज तिला जो अपमान सोसावा लागत होता, त्याचं मूळ कारण कुलदीप होता. पण त्याच्यावर तिनं केलेलं प्रेम किंवा नंतर तिनं त्याचा केलेला दुस्वास, हे समजण्यापलिकडे कुलदीप आज पोचला होता. लग्नानंतर वर्षभरातच काश्मीरमध्ये आतंकवाद्यांनी त्याला मारला होता.

"आक्का अशा एकट्या का बसलात? चला मुहूर्ताची वेळ जवळ आलीय."

मिताली! कुलदीपची विधवा पत्नी राजाक्काला बोलावत होती. तिचे बोट धरून तिचा दोन वर्षाचा मुलगा उभा होता. वीरमरण लाभलेल्या कुलदीपच्या विधवा पत्नीला सारा गाव आदरानं वागवत असे. मितालीच्या चेहऱ्यावर विलक्षण तेज चढलं होत. तिला बघून राजाक्काला मनांतून लाज वाटली. ज्या कुलदीपचं तिनं वाईट चिंतलं होतं, जिचा संसार असफल व्हावा म्हणून इच्छा केली होती- ती मिताली तिला शोधत नेमकी आली होती. तिच्या मनातल्या दु:खाचा अचूक अंदाज मितालीनं कुणी न सांगता समजून घेतला होता. मनातल्या मनात शरमून राजाक्का मांडवात आली. कुलदीपच्या मुलाचं तिनं कौतुक केलं. तसंच गुणाक्काचंही. साऱ्या लग्न समारंभात ती आनंदानं सामील झाली ते बघून मासाहेबांनी सुटकेचा निश्वास टाकला. राजाक्काच्या मनातला सल निघाला म्हणून त्यांना खूप बरं वाटलं तरी मधून मधून रघुभटजींनी राजाक्काबद्दल जे काही सांगितल होतं, ते पण त्यांना आठवत असायचं.

रीतीप्रामणे गुणाक्काचे सणवार वाड्यात साजरे होत होते. लग्नाचं आणि गर्भाचं तेज ल्यालेली गुणाक्का आणि सणासुदीला वाड्यात येणाऱ्या साऱ्या नवोढा

बघून राजाक्काच्या नजेरत ती विचित्र चमक पुन्हा एकदा मासाहेबांना दिसली आणि त्या दचकल्या. या मुलीची दुष्ट इच्छाशक्ती जबरदस्त होती. आपल्यापेक्षा दुसऱ्याकडे काही चांगलं दिसलं की ती अस्वस्थ होते, दुस्वास करते आणि बघता बघता होत्याचं नव्हतं, कसं होऊन जातं याचा मांसाहेबांना पूर्ण अनुभव होता. कुलदीपचं लग्न आणि मृत्यू त्याची वेळ भरुन आली तेव्हांच झाला, पण एका बाजूनं ती राजाक्काची दुष्ट इच्छाशक्ती सुद्धा कारणीभूत असावी असं त्यांना वाटायचं.

एका बाजूला संसारसुखानं बहरून आलेली एक लेक आणि दुसरीकडे मनांतून कुढणारी, दुस्वास करणारी दुसरी लेक. गुणाक्कावर याचा काही परिणाम होऊ नये अशी मांसाहेब मनापासून प्रार्थना करत असायच्या. व्रतं वैकल्य करत रहायच्या. रघूभटजींना वाड्यात मंत्रपाठ करायला लावायच्या. या सर्व जीवघेण्या वातावरणांतून सुटका होण्याचा एकच उपाय होता. तो म्हणजे राजाक्काचा विवाह! तो केव्हा एकदा पार पडतो आणि राजाक्का सासरी जातेय... असं मांसाहेबांना वाटत होतं. आबासाहेबही चिंताग्रस्त होते. त्यांचं वय झालं होतं आणि डोळ्यांसमोर, ही वयानं वाढलेली लेक विचित्रपणानं वागत होती.

लग्न लवकर होणं किंवा उशिरा हे सर्व ज्याच्या त्याच्या कुंडलीचे गुण असतात. लग्न कुठं व्हावं आणि कुणाबरोबर हे सुद्धा जन्माआधीच ठरून गेलेलं असतं असं आबासाहेबांचं ठाम मत होतं. गुणाक्का धाकटी लेक खरी पण तिचा लग्नयोग आला आणि लग्न झालं. राजाक्काचं बाशिंगबळ जड होतं. थोडा उशिरा योग होता पण अशा उशिरा लग्न होणाऱ्या मुली थोड्या नसतात. मग या राजाक्कानं, असं का वागावं?

या प्रश्नाचं उत्तर आबासाहेबांना मिळत नव्हतं. रघूभटजी जे काही सांगत होते ती पत्रिका पूर्वजन्मीचे संस्कार, इच्छाशक्ती या गोष्टींवर त्यांचा बिलकुल विश्वास नव्हता. त्यांची एकच इच्छा होती की त्यांच्या डोळ्यांदेखत राजाक्काचं लग्न व्हावं आणि गुणाक्काप्रमाणे तिचा सुखाचा संसार बघत डोळे मिटावे.

आणि बडोद्याच्या मंडळींचा मुलगी पहायला येणार असल्याचा निरोप आला. सारेजण आनंदानं शाही पाहुण्यांच्या स्वागताच्या तयारीला लागले. दिवाणखान्यात सारे पाहुणे स्थानापन्न झाले. खानदानी कुळामधली शालिनतेनं वागणारी राजाक्का सर्वांना आवडली होतीच पण सुरजितलाही ती एकदम पसंत पडली. तिचा सावळा वर्ण, उंचा पुरा बांधा आणि आदबशीर वागणं यावर तो खूष झाला. गेली चार वर्ष तो लंडनला होता. तिथलं मोकळं वातावरण त्यानं पाहिलं होतं. ह्या सर्व पार्श्वभूमीवरची ही मुलगी खूप वेगळी होती. सुरजितला कुणी अप्सरा नको होती. तर त्याच्यावर प्रेम करणारी, त्याच्या कलासक्त मनाला दाद देणारी सहचरी हवी होती. त्याच्या एकत्र कुटुंबात सामावून जाणारी स्त्री त्याला राजाक्कात दिसली. त्यानं होकार दिला.

डोकीवरच्या पदरा आडून, राजाक्कानं सुरजितला पाहिलं मात्र तिचा उत्साहच संपून गेला. जाड भिंगाचा चष्मा, डोकीला टक्कल आणि स्थूल शरीराचा, बुटका असा माणूस आपला नवरा? आनंदानं चकाकणाऱ्या राजाक्काच्या डोळ्यांत एक विचित्र चमक निर्माण झाली. या जगांत इतके सुंदर पुरुष असताना, आपल्या नशिबी हा असा पुरुष असावा?

कुलदीप, ज्यानं तिचा अपमान केला होता तो कुलदीप आणि गुणाक्का ज्याच्याबरोबर आनंदानं संसार करत होती, ज्यानं राजाक्काला नाकारून गुणाक्काला मागणी घातली होती तो गुणाक्काचा नवरा दोघे देखणे होते आणि राजाक्काला मात्र सुरजितशी जन्म निभवायचा होता. संतापानं राजाक्का घुमसत होती. तिच्या होकार नकाराचा प्रश्नच नव्हता. सुरजितच्या होकारानं लग्नावर शिक्कामोर्तब झाला. मुलगी पहायला आलेले पाहुणे लग्न लावून मुलीला घेऊनच परतले. राजाक्काच्या लग्नांत मिताली मांसाहेबांच्या मदतीला उभी होती. या लग्नापेक्षा कुलदीपची विधवा असण्याचं भाग्य किती मोठं, अक्षता पडताना, राजाक्का विचार करत होती. ह्या लग्नात गर्भाच्या भारानं अवघडलेली, गुणाक्का वावरत होती.

"हिचं मूल किती देखणं असेल? आपलं" या विचारानं...

राजाक्कानं तिच्या शेजारी उभ्या असणाऱ्या आपल्या नवऱ्याकडे नजर टाकली तिचं अंग शहारून आलं. तिनं पक्का निश्चय केला. की मूल होऊ द्यायचं नाही.

या माणसाला जवळ येऊ द्यायचं नाही. सूड उगवायचा. आजवर जे जे हवं होतं ते हातून निसटलं. कुणावर राग व्यक्त करावा असं हक्काचं माणूस तिचं नव्हतं. आई, वडील, बहीण, मेव्हणा, कुलदीप, सारे परके, पण त्यांनी तिला जखमी केलं होतं. जखमी वाघीण बनलेली राजाक्का सासरी चालली होती. तिच्या मनात अंगार फुलला होता. सासरची माणसं आनंदी होती. राजाक्काला खूष ठेवायला धडपडत होती. राजाक्कालाही ते सारेजण आवडले होते. फक्त सुरजित, तो तिला आवडला नव्हता.

जो तिच्यावर लादला गेला होता. त्याला ती कधीही स्वीकारणार नव्हती. नियतीनं तिला जे दुःख दिलं त्याचा सारा राग सुरजितवर केंद्रित झाला होता. साऱ्या प्रवासात राजाक्का गप्प होती. सुरजितशी बोलत नव्हती. खरं तर लग्नापूर्वी राजाक्काला एकदा भेटावं असं त्याला अनेकदा वाटलं होतं. पण तशी संधीच सुरजितला मिळाली नाही. तो अतिशय रसिक मनाचा होता. जीवनाबद्दल त्याच्या काही खास निष्ठा होत्या. स्त्रीबद्दल त्याच्या मनात एक आदरभाव होता. दुसऱ्याच्या व्यक्तिमत्त्वाची त्याला कदर होती. परदेशी राहून त्याचे विचार प्रगल्भ बनले होते. परदेशाहून येताना, त्यानं आपल्या भावी जीवनाची अनेक स्वप्नं रंगवली होती.

बडोद्याचं घर म्हणजे एक हवेली होती. नोकर चाकर, सजवलेली दालनं,

येणारे नातेवाईक हे सुरजितला खूप आवडत होतं. नव्या वधूसाठी त्यानं आपलं दालन खास सजवून घेतलं होतं. पण पहिल्या दिवसापासून राजाक्कानं आपलं रहाण्याचं दालन हट्टानं वेगळं केलं, आपलं सारं सामान, निजण्याची व्यवस्था तिनं वेगळी करवून घेतली. तसा सुरजित हतबद्ध झाला. त्यानं परोपरीनं राजाक्काला छेडून पाहिलं, समजावलं पण तिचं ताठर वागणं आणि मौन तिनं सोडलं नाही. तसा सुरजित दु:खी झाला. आपला सहवास तिच्यावर लादणं त्याच्या सुसंस्कृत मनाला पटत नव्हतं. त्यानं हळू हळू तिचा नाद सोडला. स्वत:ची व्यवस्था वेगळी करवून त्यानं कामांत मन गुंतवलं. दिवसभर तो कामांत गढून जाई रात्रभर दारु त्याला सोबत करत असे. त्या दोघांचा अजब संसार बघून, घरचे सारे नवल करत, राजाक्काला तिच्या जावा नणंदा छेडत पण ती हसून टाळत असे. सुरजितशी असं वागताना राजाक्काला मनातून एक सुप्त आनंद होत असे. समाधानाची एक विचित्र चमक तिच्या नजरेतून निघून जाई. शेवटी तिनं कुणावर तरी सूड उगवला होता. पण हे समाधान जास्ती दिवस टिकणारं नव्हतं. मनानं खचलेल्या सुरतितला एका रात्री अचानक मृत्यूनं गाठलं. वीस वर्षे! वीस वर्षे सुरजितशी असा संसार करणाऱ्या राजाक्काला पुन्हा एकदा नियतीनं चकवलं होतं. ती अखंड विचार करायची. आपण सुरजितवर सूड उगवला की स्वत:वर? कुलदीपवरचा सूड सुरजितवर का उगवला? आपल्या अशा वागण्यानं सूड पूर्ण झाला का? आज कुलदीप नाही, गुणाक्काचा नवरा नाही, सुरजितही नाही, शेवटी आपण मात्र उरलो एकट्या... मग हा सूड कुणी कुणावर उगवला? शेवटी आपलं कुणीही झालं नाही. आपण कुणावरही प्रेम केलं नाही ना कुणी आपल्यावर! सुरजितच्या जाण्याचं थोडंही दु:ख का होत नाही?

राजाक्का अखंड विचार करत असे.

"मावशी"

"अं."

राजाक्कानं चमकून पाहिलं. वीस वर्षाचा ऐन तारुण्यानं निथळणारा एक देखणा तरुण तिच्याजवळ उभा होता. तिला मुजरा करत तो म्हणाला,

"मी चंद्रहास, आजीनं तुम्हाला आणायला मला पाठवलंय, येता नां?"

चंद्रहास!

राजाक्काचा नजेरवर विश्वास बसत नव्हता. चंद्रहास! गुणाक्काचा मुलगा! याला जन्म देताच गुणाक्का मरून गेली. पाठोपाठ त्याचे वडील गेले. त्यापूर्वी आबासाहेब म्हणून आई बापा विना पोरका. चंद्रहास मग मासाहेबांकडेच वाढला. एवढ्या मोठ्या वाड्यात आजी व नातू दोघंच राहत होते. वीस वर्षे बघता बघता सरली. आपल्या नादांत जगणाऱ्या राजाक्काला इतर कशाचंही भान नव्हतं. पण विधवा झालेल्या राजाक्काला माहेरी काही दिवसांसाठी आणणं, हे कर्तव्य समजून

मांसाहेबांनी चंद्रहासला पाठवलं होतं.

चंद्रहास! यानंतर आपण कशासाठी जगायचं असा प्रश्न पडलेल्या राजाक्काला चंद्रहासला बघताच उत्तर गवसलं होतं. जे जे हातून निसटून गेलं ते सारे चंद्रहासच्या रुपानं समोर उभं राहिलं होतं. वीस वर्षे! जी घुसमट तिनं मनात बंदिस्त करून ठेवली होती ती चंद्रहासला बघताच मोकळी झाली. त्याला मिठी मारून तिनं सुरजित गेल्यानंतर प्रथमच हंबरडा फोडला. आक्रोश करत ती रडू लागली. तिचं दुःख बघून सर्वांचे डोळे पाणावले. राजाक्कानं त्या सर्वांना खूप चांगलं वागवलं होतं आणि आज ती सारं सामान सुमान आवरुन माहेरी परत चालली होती. सुरजितच्या प्रचंड अशा मालमत्तेची ती वारस होती, पण त्याची तिला पर्वा नव्हती. पैसा, उंची वस्त्र, दागिने, मान सारं तिनं मनसोक्त भोगलं होतं. यानंतर ह्या हवेलीत तिला रस नव्हता. सुरजित आता त्या हवेलीत नव्हता. त्याच्याशी ताठर वागून मिळविलेला एक सुप्त आनंद आता संपला होता आणि,

समोर चंद्रहास उभा होता.

कुलदीपपेक्षा देखणा, गुणाक्काच्या नवऱ्याची प्रतिकृती आणि सुरजितपेक्षाही मर्यादशील असा चंद्रहास बघताच राजाक्काचं भान हरपलं होतं. आपल्या दुष्ट विचारांची मनांतून कुठंतरी लाज वाटत होती. कुलदीप, गुणाक्का, तिचा नवरा, आबासाहेब आणि सुरजित या साऱ्यांचा तिनं प्रचंड दुस्वास केला होता. त्यांच्या सुखाचा हेवा केला होता. एक एक करत सारी माणसं संपून गेली होती. आपली दुष्ट इच्छा तर ह्याला कारण नाही?

हा विचार मनांत आला आणि राजाक्का दचकली. तिला रघूभटजी आठवले. तिची पत्रिका बघून सचिंत होणारे रघूभटजी आणि सदा व्रतवैकल्ये करणाऱ्या मांसाहेब, रघूभटजींचा उपदेश आज सारं राजाक्काला आठवत होते. डोळे भरून येत होते. अपराधी वाटत होतं.

यानंतर चांगलं वागण्याचा निश्चय करुनच तिनं बडोदा सोडलं. यानंतर दुष्ट विचार करायचे नाहीत. प्रेम, फक्त प्रेम करायचं. या चंद्रहासवर, मांसाहेबांवर यानंतर मनातून जळत रहायचं नाही तर आनंदी मनानं जगायचं. राजाक्का मनाला एकसारखं बजावत होती. हवेली सोडताना नकळत तिचे डोळे भरून आले.

मावशी फार तर महिनाभर राहिलं असं येताना आजीनं सांगितलं होतं. पण इथं तर मावशीनं प्रचंड सामान सोबत घेतलं याचं चंद्रहासला आश्चर्य वाटलं.

"इतकं सामान?"

"होय चंदू वीस वर्षे या वाड्यात राहून माझा जीव गुदमरून गेलाय. माझं आता इथं कोण आहे? तिथ मांसाहेब आहेत, तू आहेस, रक्ताची माणसं. वाड्याच्या एका कोपऱ्यात उरलेला जन्म काढीन म्हणते. मांसाहेब थकल्या असणार, त्यांची सेवा करेन."

राजाक्का मनापासून बोलत होती. ते ऐकून चंद्रहासही गलबलला. त्याची आई, वडील, आजोबा त्याला आठवत नव्हते. नात्याची होती ती एक थकलेली आजी. ज्या आजीवर त्याचा खूप जीव होता.आजीच्या जोडीनं आता त्याला मावशी मिळाली होती. चंद्रहासला मनापासून बरं वाटलं तो म्हणाला.

"मावशी, वाड्याच्या कोपऱ्यांत का? सारा वाडा तुमचा आहे. आजी आता थकलीय. तुम्ही आलात तर तिलाही आनंद वाटेल."

चंद्रहासचं प्रेमळ वागणं बघून राजाक्का मनोमन सुखावली. साऱ्या प्रवासात त्यानं तिची काळजी घेतली. तिच्याबरोबर मनमोकळं वागला. राजाक्कानं मध्येच विचारलं "चंदू आजीवर खूप जीव आहे?"

"होय मावशी. आजी म्हणजे माझं दैवत. ती नसती तर मी काय केलं असतं? फार खस्ता काढल्या तिनं माझ्या, खूप दुःख पाहिलयं. माझ्या आईचा, माझ्या वडिलांचा मृत्यू. पाठोपाठ आजोबा गेले आणि आता तुमचं हे असं. बिचारी माझी आजी!"

चंद्रहासचं बोलणं ऐकून राजाक्का दचकली पण क्षणभर. यानंतर तिच्या हाती भरपूर वेळ होता आपल्या प्रेमळ वागण्यानं, ती चंद्रहासला संपूर्ण आपलासा करणार होती. इतका आपला की आजीपेक्षा त्याला मावशी जवळची वाटावी.

या विचारावर राजाक्काचा प्रवास सरला. विधवा होऊन येणाऱ्या राजाक्काच्या भेटीसाठी मांसाहेब व्याकूळ झाल्या होत्या. तिच्या मनाला थोडंही दुखवायचं नाही असं त्यांनी साऱ्या नोकरांना बजावलं. वयोवृध्द पण करारी अशा मांसाहेब साऱ्या दुःखद घटनांनी खचल्या खऱ्या पण चंदुसाठी घट्ट मनानं उभ्या होत्या. चंद्रहासचं खाणं, जेवणं, वाड्याची देखरेख, त्या जातीनं करत होत्या. जुन्या विश्वासू माणसांकडून शेतीमळे, पिकवत होत्या. चंद्रहास. पोरका चंद्रहास त्यांचा जीव की प्राण होता. त्याचं शिक्षण पूर्ण झालं, चांगली नातसून घरात आली की त्यांचं कर्तव्य संपणार होतं.

ट्रंका भरून सामान घेऊन, वाडयात येणारी राजाक्का बघून मांसाहेबांना आश्चर्याचा धक्का बसला. त्यांच्या कल्पनेप्रमाणे ती दुःखी तर नव्हतीच, उलट ऐन पन्नाशीत असणारी, रंगानं उजळली होती. अंगानं भरली होती. कधी नव्हे इतकी उत्साही होती. आनंदानं, हक्कानं ती वावरत होती. माहेर ते माहेर असं वारंवार म्हणू लागली. साऱ्या वाड्याचा तिनं कायापालट केला. ओसरी, दिवाणखाना चंद्रहासची खोली सारं मनासारखं लावून घेतलं. मांसाहेबांची कॉट देवघराच्या प्रशस्त कोपऱ्यांत ठेवताना ती म्हणाली "आता तुमचा सारा भार माझ्यावर सोपवायचा. यानंतर देवघर आणि तुम्ही. यानंतर सर्व काही मी बघेन तुम्ही फक्त नामस्मरण करा. जप करा. देवाजवळ चांगलं मागून घ्या या वाड्यासाठी आम्हा सर्वांसाठी."

तिच्या बघण्यात जरब होती. नजरेत धाक होता. तो बघून मांसाहेब गारठून गेल्या. अनामिक... भीतीनं त्यांचं म्हातारं मन थरकून गेलं. राजाक्का वरवर प्रेमळ होती पण तिचं आतलं मन मांसाहेब जाणून होत्या. आता राजाक्काच सारं लक्ष चंद्रहासवर होतं. तिच्या प्रेमात मांसाहेबांचा वाटा असणं तिला आवडत नव्हतं. चंद्रहासवर तिनं आपली छाप टाकली होती. त्याच्यासाठी ती चांगलं जेवण खास स्वत: बनवत होती. त्याच्यासाठी जेवणाला खोळंबत होती. रात्री तो अभ्यास करत असताना त्याच्या बंद खोलीच्या बाहेरुन रात्र रात्रभर फेऱ्या मारत होती. आजीला भेटायला चंद्रहास गेला की स्वत: तिथून हालत नव्हती. किंवा त्याला बाहेरुन हाका मारत होती.

"चंदू लहान का आहेस आता आजी आजी करायला? अरे आजीला आता परमेश्वराचं ध्यान करु दे. या संसारात तिला गुंतवू नकोस. मी आहे ना? मला सांग काय हवं ते?"

मांसाहेबानी देवघरातून हे ऐकलं मात्र त्यांच्या पायाखालची वाळूच सरकली. जे जे सुंदर ते सारं हातून निसटून गेलेली राजाक्का यानंतर चंद्रहासला हातचं गमावणार नव्हती. ज्यांचा ज्यांचा दुस्वास, तिनं केला, ती सारी माणसं संपली होती. कदाचित त्यांच्या मरणाच्या वेळी त्यांना मृत्यूनं गाठलं असेलही पण त्यामागे राजाक्काची तीव्र इच्छाशक्ती सुद्धा एक कारण आहे. यावर मांसाहेबांचा ठाम विश्वास होता.

अजून चंद्रहास लहान होता तोवर तो राजाक्काला मान देणार होता. पण उद्या तो मोठा होणार, स्वतंत्र निर्णय घेणार, त्याचं लग्न होऊन कुणी वधु या वाड्यात येईल तेव्हा? तेव्हा? या राजाक्काचं प्रेम असं उरणार नाही. त्या प्रेमाची जागा, दुस्वास, शिव्याशाप घेतील आणि त्या दुष्ट प्रवृत्तींच्या लहरींनी जसा सर्वांचा बळी गेला तसा...

या विचारानंच मांसाहेब खंगत चालल्या. वरवर पाहिलं तर राजाक्काचं वागणं सहज वाटावं असंच होतं. "माय मरो आणि मावशी जगो असं सारे म्हणत." तर राजाक्का म्हणजे मांसाहेबांचा मुलगाच असं कारभारी म्हणत. राजाक्कानं सुरजितला जे कठोरपणे वागवलं ते मांसाहेबांना बाहेरुन, समजत होतं. तिचा सूड पूर्ण झाला तेव्हाच ती हवेलीतून बाहेर पडली.

हे कोणतं दृष्ट बीज त्यांच्या पोटी जन्माला आलं होतं? पूर्वजन्मीचं सुकृत पूर्ण करण्यासाठी माणूस पुन्हा जन्म घेतो. आपलं अपुरं काम पूर्ण करायला साधूसंत पुन्हा जन्म घेतात असं त्यांनी वाचलं होतं पण कुणी दुष्टात्मा वासना पूर्ण करण्यासाठी पुन्हा जन्म घेतो की काय असा प्रश्न राजाक्काकडे बघून मांसाहेबांना पडला होता. तिची पत्रिका अघोरी आहे असं रघूभटजी म्हणत. अघोरी म्हणजे नेमकं

काय हे मांसाहेबांना समजेनासं झालं. ज्यांनी ज्यांनी राजाक्काला नकळतही जरा दुखवलं, त्यांचा शेवट झालेला मांसाहेब बघत होत्या. तिच्या दुष्ट इच्छा मात्र सफल झाल्या. पण आपण जन्मभर कुटुंबाचं जे भलं मागितलं ते का सफल होऊ नये?

राजाक्कानं जे थंड युध्द त्यांच्याशी पुकारलं त्याचा शेवट म्हणजे त्यांचा स्वत:चा मृत्यू हे मांसाहेब समजून चुकल्या. पण चंद्रहास! त्याला हे सांगणं आवश्यक होतं. धीर धरून त्या एका दुपारी चंद्रहासच्या खोलीत गेल्या त्यांना बघून तो चरकलाच. या महिना दोन महिन्यात आजी पार खंगून गेलीय हे त्याच्या आज ध्यानात आलं. तिला धड चालता येत नव्हतं की उभं राहणं जड झालं होतं. चेहरा भीतीनं व्यापला होता.

''आजी, आजी काय होतंय ग तुला?''

आजी त्याच्या मिठीत रडत होती. हळूहळू ती म्हणाली,''चंदू एका नागिणीनं विळखा घातलाय तुला. सोडवून घे स्वत:ला. तिच्या आहारी जाऊ नकोस. तुझं कसं होणार चंदू? सर्वनाश आता अटळ आहे राजा.''

''आजी, अग काय बोलतेस? नीट सांग पाहू? तुला कशाची भीती वाटते?''

त्या चंद्रहासला काही सांगणार... एवढ्यात खोलीचा दरवाजा उघडला पिवळिधम्मक साडी नेसलेली राजाक्का दरवाजांत उभी होती. तिचे हिरवे डोळे आग ओकत होते. तिला बघताच मांसाहेब चंद्रहासच्या मिठीत कोसळल्या. त्या तिथंच संपल्या. आक्रोश करणाऱ्या चंद्रहासला स्वत:च्या मिठीत घेत राजाक्का म्हणाली,''रडू नकोस राजा मी आहे ना''

मांसाहेबांचं क्रियाकर्म पूर्ण व्हायच्या आतच तिनं एक एक करत त्यांचं सार सामान देवघराच्या कोपऱ्यात रचून ठेवलं आणि तेरा दिवसानंतर देवघराला कुलूप लावलं. रघूभटजी येत तेवढ्या पुरतं कुलूप उघडले जाई. देव बंदिस्त तशा मांसाहेबांचा साऱ्या वस्तू बंदिस्त झाल्या. म्हातारी तुळसा, चंद्रा या म्हाताऱ्या कुळबिणींना घरी परत पाठवलं. नवा दरवान देवडीवर बसवला.

नवीन गडी वाड्यात आले. आजीच्या जाण्यानं चंद्रहास दु:खी होता, त्याचं दु:ख कमी व्हावं म्हणून राजाक्का त्याच्या भोवती राहू लागली. एके दिवशी तिनं आपली झोपण्याची व्यवस्था त्याच्या खोलीत करवून घेतली. चंद्रहासनं काही विचारण्यापूर्वीच राजाक्का म्हणाली, ''चंदू खूप एकटं वाटतं रे. मांसाहेब गेल्या, जीव उदास झालाय. एवढ्या मोठ्या वाड्यात फक्त तू आणि मी भीती वाटतेय, तुला माझा त्रास होणार नाही. तू खुशाल अभ्यास कर.''

''मावशी तू तुळसाला रात्रीची ठेवून घे.''

''तिला आणि कशाला, चोंबडी मेली! तू आहेस ना!'' चंद्राहासनं चमकून

बघितलं, खरंच मावशीला वाडा मानवला होता. पूर्वीपेक्षा ती उत्साही दिसत होती. रोज ठेवणीतल्या साड्या नेसत होती. आजी आणि मावशी दोघीत भलता फरक होता. आजी प्रेमळ होती, तिचा धाक वाटत नव्हता. पण मावशीची मात्र जरब वाटत होती. चंद्रहासला आजीचे शेवटचे शब्द आठवत... त्या शब्दांची सुसंगती लावण्याचा तो प्रयत्न करायचा.

नागिण! आजीनं कुणाला नागिण म्हटलं? त्याला समजत नव्हतं.

आपलं बस्तान चंद्रहासच्या खोलीत बसवलं मात्र त्या क्षणापासून राजाक्का निश्चिंत झाली. पूर्वी सुरजितच्या दालनांतून तिनं स्वत: सवता सुभा मांडला होता आणि ती स्वत: चंद्रहासकडे आली होती. तो तिच्या नजरेच्या धाकात होता, अर्ध्या वचनात होता. तिचं मन दुखवत नव्हता. जन्मभर तो तिचा गुलाम रहायला हवा होता. गुलाम! तरच तिचा सूड पूर्ण होणार होता. नियतीवर मात करता येणार होती. अलिकडं देवूबाबा मागच्या दारांतून अवेळी वाड्यात येऊन घुमत होता. अंगारे धुपारे देत होता. सुया बिब्यांच्या पुड्या इथं तिथं पुरत होता. राजाक्काचा जीव शांत होत चालला होता. चंद्रहास अभ्यास करताना, ती गाढ झोपून जायची आणि तो झोपला की जागी व्हायची. झोपलेल्या चंद्रहासकडे डोळे भरून तासन् तास बघत रहायची. चंद्रहास या सर्व प्रकारांनी अस्वस्थ होत चालला. कधी त्याला देवूबाबा दबत्या पावलांनी वाड्यातून बाहेर जाताना दिसायचा. रघूभटजी न बोलता, संचित चेहऱ्यानं पूजा करून जाताना भेटायचे. कधी बाजारांत तुळसा, चंद्रा भेटल्या की त्याला थांबवून काळजी व्यक्त करायच्या. जपून रहायला सांगत. शेवटी न राहवून, एक दिवस चंद्रहासनं हे सारं सुलक्षणाला सांगितलं, सुलक्षणा!

चंद्रहासची मैत्रिण! दोघे एकत्र आर्किटेक्टच शिक्षण घेत होते. रोज एकमेकांना भेटत होते. चंद्रहासची आजी वारल्यापासून सुलक्षणाच त्याला जवळची वाटत होती.

चंद्रहासन जे सांगितलं, ते ऐकून सुलक्षणा किंचाळलीच "पझेसिव्ह बरं, हा पझेसिव्ह स्वभाव स्त्री मध्ये फार मोठ्या प्रमाणात असतो. मुलगी वडिलांवर, पत्नी पतीवर, आई मुलावर फक्त आपली पकड असावी असा सतत प्रयत्न करते. स्त्री आपल्या संसारावरची पकड कधी सोडायला तयार होत नाही. यामधूनच तर मग ते जगप्रसिध्द, सासू-सूनेचं, नणंद, भावजयांचं नातं निर्माण झालंय. अधिकार... अधिकार गाजवायचा सोस असतो आम्हा बायकांना या अधिकारांत प्रेम फार थोडं आणि स्वत:ची सुरक्षितता जपणं अधिक असतं."

"पण सुलक्षणा आजी असं कधीच करत नव्हती आणि अधिकाराचं म्हणशील, तर मावशीनं तिचं श्रीमंत सासर सहज सोडलं. तिला पतीच्या मरणाचं किंवा आजीच्या जाण्याचं फार थोडं दु:ख झालेलं होतं. उलट त्यानंतरच ती जास्ती

मोकळी वागतेय, उत्साही झाली आहे. रात्र रात्रभर मला फक्त बघत राहते. परवा मी जागा झालो तर ती माझ्या कॉटवर बसून मला बघत होती. मी जागा झालो तशी गडबडीनं सारवासारव करु लागली. जुने नोकर एक एक करत सारे काढून टाकलेत. जे नवीन आले आहेत ते पूर्ण मावशीच्या धाकात.''

हे सर्व ऐकून सुलक्षणा चिंतातून होऊन म्हणाली, ''बाप रे, चंद्रहास अरे ही तर पर्व्हटेड केस आहे. मनोरुग्ण, हे तिचं वेड आजचं नसणार, तर फार पूर्वीपासून हे विचित्र वागणं तिच्यात रुजत गेलंय. आजीनं दुर्लक्ष केलं असणार. इतके दिवस ध्यानी आलं नसेल कुणाच्या आणि तिच्याही. पण आता तिचा तिलाच आवर घालता येत नाहीय.''

''असं नसेल सुलक्षणा, कदाचित तिला मूल झालं नाही म्हणून तिचं सारं लक्ष माझ्यावरच असेल.'' हं ''अं.हं.'' कदाचित असंही असेल. त्याला थांबवत सुलक्षणा म्हणाली, ''तिचा संसार सुखाचा झाला नसेलही. नवरा गेल्याचं दु:ख तिला झालं नाही असं तू म्हणालास ना? याचा अर्थ चंद्रहास, तिला लवकरांत लवकर डॉक्टरांना दाखव. आपल्याकडे मनोरुग्णांना डॉक्टरांना दाखवणं कमीपणाचं समजतात... शरीराला काही झालं तर आपण डॉक्टरकडे धावतो पण मन... मनही आजारी होतं. जखमी होतं इकडं कुणी लक्ष देत नाही. मग शेवटचा उपाय म्हणजे वेड्याच्या हॉस्पिटलात दाखल पण त्यापूर्वीच काळजी का घेऊ नये.''

हे सर्व ऐकून चंद्रहास गंभीर झाला. त्याला धीर देत सुलक्षणा म्हणाली,''काळजी करु नकोस आपण दोघे आहोत ना? आपण त्यांना बरं करू. त्या बऱ्या व्हायलाच हव्यात नाहीतर उद्या तुझ्या घरी सासू सुनेचं युध्द सुरू व्हायचं''

''म्हणजे? सुलक्षणा तू?''

आनंदाने चंद्रहास उद्‌गारला.

''वेड्या खरं तर तूच विचारशील म्हणून मी वाट बघत होते. माझे घरचे पण वाट बघत आहेत आपलं शिक्षण पूर्ण होण्याची. पण तू आपला मावशीच्या काळजीत.''

''हे ऐकून आजीला खरा आनंद झाला असता पण मावशी'' चंद्रहास विचार करत म्हणाला. तो पुढे म्हणाला ''तसं कशाला? आपण आत्ताच जाऊन मावशीला सांगू. बघू काय म्हणते. आता तू आहेस ना सोबत मनावरचा भार कमी झाला बघ! चल, ''चंद्रहास स्त्री जेवढी प्रेमळ असते ना, तेवढीच ती दुखावली तर नागिणी सारखा डूख धरते.'' सुलक्षणाच्या तोंडून नागिण शब्द ऐकताच चंद्रहास दचकला आजी काय सांगू पहात होती हे त्याच्या धानी आलं.

ओसरीवरच्या चंदनी झोपाळ्यावर बसून राजाक्का चंद्रहासची वाट बघत होती. दिवेलागणीची वेळ झाली तरी तो घरी आला नव्हता. राजाक्काला प्रथमच भीती

वाटली होती. चंद्रहास, तो फक्त तिचा असायला हवा होता. तिच्या आज्ञेत असणारा, तिच्या इशाऱ्यावर वागणारा तिचा हक्काचा प्रियकर, पती, मुलगा आणि सर्व काही फक्त तिचा असणारा चंद्रहास!

बस्स पौर्णिमेच्या रात्रीला अवघे चार दिवस उरले होते. त्या रात्रीत देवुबाबा वाडयांत येऊन, कांही मंत्र, जादू करणार होता. त्यानंतर फक्त राजाक्काचं राज्य असणार होतं वाड्यावर आणि चंद्रहासवर. त्यानंतर जन्मभर सारं काही राजाक्काच्या मनाप्रमाणेच घडणार होतं. या कानाचं त्या कानाला कळणार नव्हतं. राजाक्काचा विजय ठरलेला होता, फक्त हे मधले चार दिवस अरिष्टाचे होते.

चंद्रहासच्या मोटारसायकलचा आवाज झाला. दरवानानं दरवाजा उघडला... तरी आपलं लक्ष नाही असं दाखवून, राजाक्कानं पायानं जोर देत झोका घेतला. झोपाळ्याच्या पितळी कड्या अवेळी कर्र कर्र आवाज करु लागल्या.

''मावशी, बघ ना कोण आलंय.'' राजाक्कानं पाहिलं आणि तिच्या पायाखालची जमीनच सरकली. दिंडी दरवाजात फुललेल्या मधुमालतीच्या वेलाखाली एक नाजूक, सुंदर गोरीपान मुलगी उभी होती. सलवार कमीजवरच्या ओढणीचा, तिनं डोकीवरुन पदर घेतला होता. चंद्रहास शेजारी उभी राहून धीट नजरेनं ती राजाक्काला बघत होती. झोपाळयाचा वेग राजाक्काला थांबवता येईना. जमीन, भिंती, कडीपाट फोटो सारं उलट सुलट गरगरत होतं.

ओसरीच्या पायऱ्या चढून चंद्रहास वर आला. त्यानं झोपाळा थांबवला. जोडीनं नमस्कार करुन चंद्रहास म्हणाला, ''मावशी ही सुलक्षणा. तुझी सून बघून घे. नंतर म्हणशील सांगितलं नाही.'' सुलक्षणा हसतमुखानं उभी होती ही सुलक्षणा की पुन्हा गुणाक्का की मिताली? आणि हा चंद्रहास की हातून निसटून गेलेला कुलदीप, सुरजित? राजाक्काला काहीच समजत नव्हतं. सुन्नबधीर अशी ती बसूनच राहिली. मग चंद्रहास म्हणाला,''मावशी, देवघराची चावी दे आजीच्या फोटोला नमस्कार करुन येतो.''

चावी घेऊन दोघे देवघरात गेले तरी राजाक्का जागची हालली नाही, आजवर इतकी मोठी चपराक तिला कधीच बसली नव्हती. पुन्हा एकवार तिचा पराभव झाला होता.

''चंद्रहास, त्या काहीच बोलल्या नाहीत? पण गेल्यानंतर नक्कीच काही गडबड होणार. तू असं कर मला पोचव आणि येताना माझ्या भावाला मानसिंगला आज रात्री इथं ठेवून घे. सोबत होईल. मलाही त्यांची भीती वाटतेय'' सुलक्षणा हळूच म्हणाली.

''मावशी मी हिला पोचवून येतो आणि हं जेवायची वाट बघू नकोस, थोडा उशीर होईल काळजी करु नकोस. '' पुन्हा एकवार तिला वाकून नमस्कार करून

दोघे दिंडी दरवाजातून बाहेर गेले. मोटर सायकलचा आवाज ऐकू आला आणि तोच आवाज राजाक्काच्या डोक्यात घुमू लागला. फटफटफट आवाज, झोपाळ्याच्या कड्यांचा कर्र आवाज राजाक्काला सहन होईना ती देवघरात गेली. भिंतीवर आबा, मांसाहेब, गुणाक्का, तिचा नवरा सुरजित सर्वांचे भव्य फोटो होते. ते सारे आज तिला हसत होते. यांमधले तिचं कुणीच नव्हतं. तिनं कुणावरही प्रेम केलं नव्हतं. आणि आज चंद्रहास तिच्या हातून निसटला होता. यानंतर ती आणि तिची विकृत इच्छाशक्ती ती आणि तिचा पराभव, तिची वंचना राजाक्का पूर्ण थकून गेली होती. दुस्वास करावा, वा प्रेम करावं हे करण्याची शक्तीच संपून गेली. अगतिक अगतिक झाली ती... जमिनीवर डोकं आपटून घेत तर कधी भिंतीवर ती मोठमोठ्यानं रडू लागली, कधी हसू लागली. देवघरातले देव एक एक करत तिनं फेकायला सुरवात केली. उन्माद संचारला होता तिच्या अंगात मोठयानं हसता हसतानाच, ती निपचित पडली. ती पुन्हा उठलीच नाही. नोकरांनी डॉक्टरांना बोलावून आणेपर्यंत सारे संपलं होतं. सारेजण अवाक झाले होते. "हार्ट फेल" डॉक्टर म्हणाले.

सुलक्षणाच्या भावाबरोबर रात्री अकराच्या सुमारास चंद्रहास परतला आणि चमकून उभाच राहिला. झोपाळ्यावर राजाक्काचं प्रेत ठेवलेलं होतं. डॉक्टर, दिवाणजी, नोकर सुन्न उभे होते. चंद्रहास जाताना, तर मावशी ठीक होती पण मधल्या दोन तासातच काय झालं? चंद्रहासला समजेना. सुलक्षणाची ओळख करून देण्याची आपण घाई तर केली नाही? आजी गेली तेव्हा, देवघरामधली समई विझून जावी असं वाटलं होतं. पण मावशी गेली तर काही विचित्र घडून गेल्याची जाणीव चंद्रहासला होत होती. रात्रभर त्याला झोप लागत नव्हती. "चंदू चंदू" मावशी सतत हांका मारतेय असं वाटायचं. रात्री ओसरीवरून तिच्या फेऱ्या मारणं सुरु आहे असा भास व्हायचा. रात्री कॉटवर बसून ती टक लावून बघतेय असं स्पष्ट जाणवलं आणि धडपडत चंद्रहास उठून बसला. भीतीनं त्याचं अंग थरथरत होतं. मानसिंग त्याच्या सोबतीला आला होता तो म्हणाला,"तुला भास होतात, अरे त्या आता या जगात नाहीत. तुझ्या हातांनी दहन केलंस ना?"

रघूभटजी हे ऐकून संचित झाले. ते म्हणाले,"दहन झालं, रक्षा विसर्जन झालं. आता अस्थिविसर्जन नाशिकला करु. त्यानंतर आत्मा शरीर बंधनातून मुक्त होईल. तेराव्या दिवशी तिलांजली दिली की आत्म्याची संसार बंधनातून मुक्तता आपण विधीने करतो. तो मुक्त व्हावा असं म्हणतो. खरं तर आत्मा मुक्तच आहे. त्याला सुख, बंधन असं काहीच नसतं. तरी पण माणसाचा आत्मा शरीर धर्मानुसार वासनेत गुरफटतोच, बद्ध होतो. सर्वांच्या बाबतीत नसेल पण काहींच्या बाबतीत अनेकदा हे अनुभव येतात. ती एक योनीही आहेच. ते अनुभव अनेकांनी घेतले आहेत. माणसानं केलेल्या दुष्ट इच्छा, माणसाच्या दुष्ट वासना यांच्या लहरी वातावरणात

पसरत गेलेल्या असतात. म्हणूनच पहा मंदिरात गेलं की प्रसन्न वाटतं आणि अनेक जागी काही तरी विचित्र वाटूं लागतं. तिथलं चांगलं अगर वाईट वातावरण आपल्या मनावर परिणाम करतं. यापलिकडे काही नाही.''

''तुम्ही काळजी करु नका. अस्थिविसर्जन करून आलो आणि हे तेरा दिवस संपले की, आपण वाड्यात मोठा होम करु. शांती करु, देवघराचं कुलूप काढू. सर्व ठीक होईल.'' रघूभट सांगत होते. चंद्रहास अस्वस्थ होता. मावशीची दिसणारी पडछाया, भास असेलही कदाचित तिला पहायची सवय मनाला झाल्यानं असं वाटत असेल. तो मनाची समजून घालत होता. तेरा दिवस पार पडले की तो आणि मानसिंग कुठतरी बाहेर फिरून येणार होते. या सर्व वातावरणाचा त्याला उबग आला होता.

अस्थिविसर्जनासाठी रघूभटजी, चंद्रहास, मानसिंग भल्या पहाटे नाशिकला जायला निघाले होते. गोदावरीचं पात्र तुडुंब भरलं होतं. अस्थिकलश घेऊन चंद्रहास आणि मानसिंग छोट्या होडीतून नदीच्या मध्यभागाकडे चालले होते. संथपणे नाव जात होती, नकळत चंद्रहासचे डोळे भरून आले. मावशीनं खरोखरच त्याची खूप काळजी घेतली होती. यानंतर तिची आठवण तो जपणार होता. आजी आणि मावशी ही दोनच नाती त्यानं अनुभवली होती. नदीच्या मध्यभागी नाव थांबवून नावाडी म्हणाला ''हं इथं सोडा कलश. समदे इथंच सोडत्यात.'' किनाऱ्यावरच्या रघूभटजींनी चंद्रहासला हाताने खूण केली. तसा चंद्रहास उभा राहिला, ओणवा होऊन, दोन्ही हातांनी कलश पाण्यांत सोडण्यासाठी वाकला आणि एका झटक्यात नदीच्या पात्रांत खेचला गेला. बेसावध चंद्रहास गटांगळ्या खाऊ लागला. त्याला वाचविण्यासाठी पाण्यात उडी घालू पहाणाऱ्या मानसिंगला नावाड्यानं घट्ट धरून ठेवलं. एका प्रचंड भोवऱ्यात चंद्रहास गरगरत होता. कधी कलश तर कधी चंद्रहास दिसता दिसता नाहीसे झाले. पात्र पुन्हा संथ झालं. मानसिंग आक्रोश करत होता. नावाडी हतबद्ध झाला. चंद्रहास विना येणारी नाव बघून रघूभटजींनी बसकण घातली.''शिव शिव शेवटी अघोरीनं डाव साधला,'' ते म्हणाले. या सर्व घटनांचा अर्थ कोणत्या पोथीत शोधावा हे त्यांना समजत नव्हतं.

◆

झोका

आपण सखारामवर इतके का उखडलो, हेच या क्षणी इन्स्पेक्टर चंद्रहासला समजेनासं झालं होतं. रागाचा असा झटका त्याला गेल्या अनेक वर्षात आलेला, त्याला आठवत नव्हतं. पोलिस खात्याचा माणूस असल्यानं तोंडात शिवराळ भाषा होती. वागणं उर्मट होते, वृत्ती बेदरकार होती हे खरं; तसंच चोरीमारी करणाऱ्यांना वठणीवर आणण्यासाठी हातापायांचा त्याला उपयोग करावा लागत होता, हे पण खरं. तसे वागणे त्याच्या आता अंगवळणी पडून गेलं होतं. पोलिस इन्स्पेक्टर चंद्रहास एक 'टेरर' म्हणून गुन्हेगार त्याला वचकून असत. पण त्याच्याकडे एकदा केस सोपवली की त्याचे वरिष्ठही निश्चिंत होत असत. शक्यतो आपल्या सहकाऱ्यांशी चंद्रहास मिळून मिसळून वागत असे. आणि हाताखाली काम करणाऱ्यांना शक्यतो सांभाळूनही घेत असे. त्यांचा अपुरा पगार, वाढती महागाई, ओढगस्तीचे त्यांचे संसार, त्या संसारात वाढणारी मुलं, त्यांची शिक्षणं, त्यांच्या गरजा हे सारं चंद्रहासला दिसत असे. रात्र रात्रभर किंवा दुपारच्या कडक उन्हात कुणी मिनिस्टर त्या रस्त्याने जाणार म्हणून खडा पहारा देत उभे असणारे त्याचे पोलिस कॉन्स्टेबल्स तो बघत असे, त्यावेळी तो स्वत:सुद्धा तिथं उभा असे. मनांतून चीड, असहायता उसळून आलेली असताना, कडक चेहऱ्यानं, कडक सॅल्यूट ठोकण्याचं तंत्र त्यानं अवगत करून घेतलं होतं.

ग्रॅज्यूएट झालेला, खानदानी मराठा घराण्यामधला चंद्रहास डोळस नजरेनं सभोवतालचं जग बघत होता. तो कॉलेजात असताना हे सभोवतालचं जग असं नव्हतं. त्यावेळी नुकताच देश स्वतंत्र झाला होता. स्वातंत्र्याच्या पहिल्या स्पर्शानं सारा भारत पुलकित झाला होता. यानंतर युवकांनी तो देश सांभाळावा असं आवाहन नेहरुंनी केलं होतं. गांधीजींचं रामराज्याचं स्वप्न युवकांच्या डोळ्यात फुलत होतं. त्या भारावलेल्या अवस्थेतच चंद्रहासनं पोलिस इन्स्पेक्टरचा कोर्स पूर्ण केला. खातं पितं एकत्र कुटुंबाचं मराठमोळ्या मनाचं आपलं घर सोडून खुशीनं नोकरी पत्करली

होती. गावोगावी बदल्या होत होत्या. माणसं, वातावरण बदलत होतं. पण त्यानं आपला स्वभाव बदलू दिला नव्हता. चांगल्या माणसांशी तो नेहमी चांगला वागला होता. गुन्हेगारांमधला माणूस त्यानं नेहमीच समजून घेतला होता. गेली पंचवीस वर्षे त्यानं या वातावरणात राहूनही स्वत:चं सुसंस्कृत मन हरवू दिलं नव्हतं. पण अलिकडे मात्र नोकरीमधली झिलई पार उतरून गेली होती.

सभोवतालचं जग झपाट्यानं बदलत होतं. समाजाची नीतीमूल्य झपाट्यानं संपत चालली होती. तरुण मुलं व्यसनांच्या गराड्यांत गुरफटताना तो बघत होता.

केवळ थ्रिल म्हणून किंवा पॉकेटमनीसाठी नाक्यावर उभ्या राहणाऱ्या तरुण मुली, कुलवंत बायका त्याला दिसत होत्या. भ्रष्टाचारी नेते उघडे पडत होते. लाचलुचपत, स्वैराचार यांना ऊत आला होता. एक जबाबदार पोलिस अधिकारी म्हणून या सर्व प्रकारांकडे हताश नजरेनं बघण्यापलिकडे तो काहीच करु शकत नव्हता. मोठ्या शिताफीने गुंडांना अटक करावी तोवर त्यांच्या सुटकेचे आदेश आतून येत होते. वरिष्ठांवर, सहकाऱ्यांवर त्याचा भरंवसा उरलेला नव्हता.

आता पन्नाशीला वय पोचलं होतं. अजून नोकरीची आठ वर्षे शिल्लक असतानाच सेवानिवृत्तीचा विचार चंद्रहासच्या मनात येत होता. पन्नाशीला वय टेकलं तरी स्वत:चं घर त्यानं बांधलं नव्हतं. कुणासाठी घर बांधायचं?

कुणाची काळजी घ्यावी. कुणाला सुखरुप ठेवण्यासाठी एक घर असावं... असं त्याचं कुणीच नव्हतं.

समाजात वावरताना अनेक सुखी जोडपी त्याला भेटायची, एकमेकांसाठी त्यांनी जीव पाखडताना बघून चंद्रहासला मनातून कौतुक वाटायचे आणि वैषम्यही!

अगदी रस्त्याच्या कडेला पालं ठोकून रहाणारी कामगार, मजूर माणसं, त्यांना देखील परमेश्वरानं जीवनाची एक चौकट दिली होती. उघड्या माळावर फाटक्या कपड्यांचा आडोसा करुन जगणारी, ती उघडी भटकी माणसं, आनंदानं जगताना चंद्रहास बघायचा. शेळ्या, मेंढ्या, कुत्र्यांसह पोरवडा राखत, कष्ट करून संसार करणाऱ्या बायका बघून त्याला नवल वाटायचं. आनंदानं कलकल करणाऱ्या त्या बायका... त्या संसारात कोणतं सुख त्यांना मिळत होतं? ना सुखरुपता ना चैन आराम... तरी सुद्धा त्या सुखानं कशा जगतात? जगण्याशी प्रामाणिक असतात. याचा चंद्रहास विचार करे. आणि आपण... आपण अरुंधतीला सारं काही भरभरुन दिललं असताना...?

तिला मात्र ते सारं तुच्छ वाटलं. कुठं कमी पडलो आपण?

अरुंधती... साली... बेइमान... हरामखोर, ते नाव मनात येताच चंद्रहासच्या हाताच्या मुठी नकळत घट्ट आवळल्या गेल्या. कपाळावर आठ्या उमटल्या. डोळे मिटून त्यानं दीर्घ श्वास घेतला. स्वत:च्या मनावर ताबा ठेवण्याचा तो प्रयत्न करु लागला.

पोलिस स्टेशनमागच्या त्याच्या बैठ्या बंगलीच्या समोरच्या मोकळ्या जागेत खुर्ची टाकून तो बसला होता. फार पूर्वी त्या जागेत भातशेती होती. शहराची हद्द शेताला टेकली तशी शेतीचं रुपांतर वसाहतीच्या जमिनीत झालं. भर घालून जी जमीन तयार झाली तिथं पोलिस मुख्यालय आणि त्या पाठीमागे पोलिसांच्या क्वॉर्टर्स बांधल्या गेल्या. शहराचा प्रमुख पोलिस ऑफिसर म्हणून तिथली एक स्वतंत्र बंगली चंद्रहासला मिळाली. गेली चार वर्षे त्या बंगलीत तो राहत होता. दिमतीला नोकर होते. स्वयंपाकाला बाई होती. रात्री, अपरात्री कधीही ड्यूटीवर धावत जाताना काळ कसा पुढे सरकत आहे याच भानही चंद्रहासला नव्हतं.

सारं कसं संथ गतीनं पुढे सरकत आहे असं वाटत असताना आपण आज सखारामवर असे का उखडलो याचं कारण चंद्रहासला समजेना.

थोड्या वेळापूर्वीचीच ती घटना, सखारामनं ते वाक्य उच्चारलं मात्र, चंद्रहासनं खाडकन् त्याच्या मुस्काटात ठेवून दिली. त्या तडाख्यानं सखाराम तिरीमिरी येऊन झेलपाटत मागच्या भिंतीवर आपटला. बाजूच्या खोलीतले क्लार्क, टायपिस्ट, धावत आले. ऑफिसच्या दरवाजाजवळचा पोलिस अचंब्याने बघत राहिला.

थोड्या वेळानं गाल चोळत, खाली मान घालून सखाराम निघून गेला. सखाराम! अनेक वर्षे सावलीसारखा त्याच्यासोबत असणारा त्याचा मदतनीस मुंबईहून बदली होऊन चंद्रहास गोव्यात आला. त्यावेळी सखारामचीही बदली मागून घेतली. आणि आपल्या सोबत घेऊन आला.

सखाराम!

त्याचा कुणीही नव्हता. ना नात्याचा, ना रक्ताचा, पण म्हणूनच तो अधिक जवळचा होता. आणि म्हणूनच सखारामच्या त्या वाक्याने चंद्रहासचा संताप उफाळून आला होता... सखारामनं असं बोलावं?

कुण्या परक्या माणसानं हे असे अकलेचे तारे तोडले असते तर चंद्रहासनं एक शिवी हासडली असती, नाहीतर तिथून निघून गेला असता. पण सखाराम?

त्यानं असा विचार करावा?

चंद्रहासनं समोरच्या ग्लासमधला उरलेल्या व्हिस्कीचा घोट एका दमात रिचवला. घशातली जळजळ पार झिणझिणत वर मेंदूला जाणवली. उंच खुर्चीला त्यानं मान टेकवली. डोळे मिटून तो शांत बसून राहिला. आता तिथं शेती नव्हती. तरी चारही बाजूने बांधावरचे माड झुलत होते. रात्रीच्या गार वाऱ्याचे झोत अंगावर आले. या स्पर्शानंही चंद्रहासच्या मनावरचा ताण थोडा हलका झाला. कितीतरी वेळ तो तसाच बसून राहिला. थोड्या वेळानं त्यानं डोळे उघडले. समोर नजरेत भरणाऱ्या काळ्याभोर आकाशात एक टप्पोरी चांदणी त्याच्या नजरेत भरली.

अरुंधती! अशीच कधी त्याच्या नजरेत भरली होती. अरुंधती!

तिच्या आठवणीसरशी त्याचं अंग शहारून गेलं. तिची आठवण मनातून झटकून टाकण्याचा प्रयत्न करत असतानाच एखाद्या किळसवाण्या जळमटाच्या स्पर्शासारखी ती आठवण त्याला अनेकदा जाणवत राही. धमन्यातले रक्त सळसळून उठे.

अरुंधती !

प्रतारणेचा मूर्तीमंत अनुभव!

दिसायला शुक्राची चांदणी असं सौम्य, सुंदर रुप, हसली की जिवणीतून चांदणं बरसल्याचा भास व्हावा. अशी अरुंधती! त्याच्या नावाचं मंगळसूत्र गळ्यांत लेवून, उंबरठ्यावरचं माप लवंडून त्याच्या घरी आली, तेव्हा चंद्रहास पागल झाला होता. तिची अनेक रुपं, दिवसा रात्री त्याला मोहवत असतानाच, त्याला कल्पना नसतानाच अरुंधतीचं काळंकुट्ट रुपही अचानक त्याला बघावं लागलं. प्रत्येक रात्री आनंदानं त्याला बिलगणारी अरुंधती! परक्या पुरुषाच्या बाहुपाशांत विसावलेली अरुंधती त्यानं बघितली. त्या दिवशी सुद्धा त्याच्या रागाचा असाच भडका उडाला होता. त्यानंतर त्याच्या हाती सापडणाऱ्यांची तो गय करत नव्हता. गुन्हे कबूल करण्यासाठी, गुन्हेगारांना लाथा बुक्यांनी तो बेसुमार तुडवत होता. अरुंधतीच्या हाताला धरून तिच्या बापाच्या घरी पोचवून, त्याच पावली परत येणारा चंद्रहास... हा त्यानंतर माणसांत नव्हताच. चीड, द्वेष, संताप, याचं धगधगतं कोठार जवळ बाळगून वावरणाऱ्या इन्स्पेक्टर चंद्रहासची भीतीच सर्वांनी घेतली होती. त्याचं नाव घेताच गुन्हेगारांचा भीतीनं थरकाप उडत असे. अरुंधतीवरचा राग तो उतरून टाकत होता. एक नशा! पण त्याही अवस्थेतून आता तो बाहेर आला होता. अरुंधती! तिनं उध्वस्त केलेलं त्याचं जीवन सारं अलिकडे त्यानं थंड मनानं पचवलं होतं. कुणी न सांगताच त्यानं जीवन समजून घेतलं होतं. त्याच्यामधला सुसंस्कृत माणूस पुन्हा त्यानं जगवला होता. आपलं एकाकी जीवन त्यानं स्वीकारलं होतं. अरुंधतीच्या अनुभवानंतर त्यानं कुणा स्त्रीकडे कधी नजरही वळू दिली नव्हती. इच्छाच मरून गेली होती. कुणी त्याच्या दुसऱ्या लग्नाचा विषय काढला तरी तो तिकडे कानाडोळा करत होता. जे चाललय ते ठीक. या भावनेनं जगतानाच या अशा जगण्याचा शेवट काय? अर्थ काय? हे पण तो शोधत होता.

पण मग आपण आज सखारामवर का संतापलो? अंगणातल्या खुर्चीत बसलेला चंद्रहास विचार करत होता. काळ्याभोर आभाळामधल्या एकुलत्या एक टप्पोऱ्या चांदणीकडे बघताना अरुंधतीची आठवण आली नाही, तर त्या चांदणी सारखीच त्याच्या सुन्या जीवनांत उगवलेली नेल्सी त्याला नजरेसमोर आली.

"चंद्रासाब..."

तिनं हळूवार आवाजात मारलेली हाक ऐकू आल्याचा भास त्याला झाला.

त्याचं मन अस्वस्थ झालं. अलिकडे त्याच्या मनात नेल्सीचे विचारच येत होते हे खरं होतं. पण सखारामनं जो घाणेरडा अर्थ काढला तो मात्र कधी त्याच्या मनालाही शिवला नव्हता. म्हणूनच सखारामनं ते वाक्य उच्चरताच आपण चिडलो तर नाही? इतर कुणीही तसा अर्थ काढू शकेल, पण त्यांनी तरी तो अर्थ का काढावा.

या विचारानं चंद्रहासचं मन पुन्हा प्रक्षुब्ध झालं. त्याच्या नजरेसमोर नेल्सी उभी राहिली.

नेल्सी!

गोव्यामधली एक श्रीमंत भाटकरीण, साठीच्या घरात पोचलेली पण ताठ मानेची, उंच अंगबांध्याची, तशी नाजूक अशी नेल्सी! ती कॅथलिक आहे हे सांगावं लागावं अशी गोरी. माथ्यावरच्या केसांत रुपेरी झाक आलेली. बघता क्षणीच लक्ष वेधून घेणारी नेल्सी!

आणि पन्नाशीच्या घरात उतरलेला चंद्रहास! त्यांच्या मैत्रीचा इतरांनी तरी घाणेरडा अर्थ का काढावा? असं काय विचित्र होतं त्या मैत्रीत?

पण हा प्रश्न स्वत:च्या मनाला विचारणारा चंद्रहासच दचकला. कारण तसं तर अजूनही त्याच्या आणि नेल्सीच्या गाठीभेटींना मैत्रीचं स्वरुपही नव्हतं. मैत्री होते समान वयाच्या माणसांशी, समान विचारांच्या माणसांशी! पण नेल्सीबाय साठीच्या वयाकडे झुकलेली. तिचं आणि त्याचं वय एक नव्हतं. तिचे विचार समजून घ्यावे... अशी वेळच अजून आली नव्हती.

मग त्या भेटींना मैत्री कसं म्हणायचं?

नेल्सी आपली कुणीही नाही. पोलिस ऑफीसमध्ये तक्रारी नोंदवणाऱ्या अनेक स्त्रिया त्याला यापूर्वी भेटल्या होत्या. त्यापैकी कुणावर बलात्कार झालेला असे. तर कुणाला खुनाची धमकी दिलेली असे. कुणी हुंडाबळीची शिकार ठरणारी तर कुणी गुंडाची शिकार बनलेली... अशा स्त्रियांना चंद्रहासनं सदैव मनापासून मदत केलेली होती कर्तव्य भावनेनं.

स्त्री जीवनाची एक कलंकित बाजू त्यानं अरुधतीच्या रुपांत पाहिलेली होती. पण या स्त्रियांच्या रुपानं त्यानं स्त्री जीवनाची एक दुबळी बाजूही पाहिलेली होती. पण नेल्सी... नेल्सीबाय यामध्ये कुठेच न बसणारी. आजवरच्या अनुभवांना वेगळी कलाटणी नेल्सीच्या भेटीनं मिळाली होती. आभाळात स्पष्ट लखलखणाऱ्या त्या ठळक चांदण्याप्रमाणे होती नेल्सी!

ऐन रात्रीच्या वेळी चंद्रहास आज अजूनही अंगणातल्या त्या खुर्चीत बसून होता. समोर व्हिस्कीची बाटली आणि रिकामा ग्लास होता. पण त्याला स्पर्श करण्याची इच्छाच उरली नव्हती. रोजचे दोन... तीन पेग पोटात रिचवून झाल्यानंतरच मग चंद्रहास जेवणासाठी उठत असे. जे पुढ्यात येईल ते पोटात ढकलून मुकाट अंथरुण

गाठत असे. अंथरुणाला पाठ टेकली की झोप लागत असे. आणि पुन्हा येणारी सकाळ ड्युटीची वर्दी घेऊन उभी असे. गेली पंधरा वर्षे हेच त्याचं जीवन होतं.

मग आजच हे असं का?

आज मद्य नकोसं झालंय. सखारामवर आज हात टाकला. हे वेगळं काय घडतंय?

वेगळं?

हो वेगळचं? नेल्सी! नेल्सीची भेट... ते सारे विचार मनातून बाजूला सारून नेल्सीची भेटच तो आठवू लागला.

चार महिन्यापूर्वीची गोष्ट! सकाळी नऊ दहाचा सुमार होता. चंद्रहास त्याच्या ऑफिसमध्ये बसून उद्याच्या कोर्टाचे कागद फाईलला लावत होता. त्याचवेळी दासू शिपाई त्याला सांगत आला की, साहेबांनी त्याला बोलावलं आहे. नुकताच तर चंद्रहास त्यांना भेटून, सर्व रिपोर्ट देऊन आला होता. उद्याच्या केसची चर्चा केली होती. आणि पुन्हा का बोलवावं? विचार करत चंद्रहास साहेबांच्या ऑफिसात गेला. त्यानं पाहिलं, साहेब त्याची वाट बघत होते.

"चंद्रहास, या मिसेस डांटस्. मिसेस नेल्सी डांटस्." साहेब म्हणाले. तशी त्यांच्यासमोरच्या खुर्चीमध्ये बसलेली स्त्री उठून उभी राहिली, जवळ जवळ चंद्रहासच्या खांद्याला लागेल अशी उंच, नाजूक बांध्याची स्त्री त्याच्या समोर अदबीनं उभी होती. हस्तांदोलनासाठी तिनं पुढं केलेला हात त्याच्या हाती त्यानं घेतला. कलावंताना शोभतील अशी तिची बोटं लांब निमुळती होती. बोटांतली लाल माणकाची अंगठी चमकून गेली, गुलाबी रंगाचा गुडघ्यापर्यंत पोचलेला सुंदर फ्रॉक तिनं घातला होता. फ्रॉकच्या रुंद गळ्यातून सोन्याची नाजूक चेन उठून दिसत होती. चेनच्या मधोमध क्रुसाचे लॉकिट लटकत होते. ती सारी वेषभूषा तिला शोभून दिसत होती. तिचं साठीच्या घरात पोचलेलं वय लक्षात येऊ नये इतकी ती देखणी होती. हातामधल्या रुमालानं डोळे टिपत तिनं त्याला म्हटलं,

"हॅलो"

"चंद्रहास, मॅडम नेल्सीची जमीन तुझ्या देखरेखीच्या भागात येते आहे. दहा एकर जमिनीचं त्यांचं भाट आहे. नारळ, काजूचं वडिलोपार्जित उत्पन्न आहे. पण आजूबाजूची उपद्रवी माणसं त्यांच्या फार्मची नासधूस करतात. मॅडम एकट्या आहेत. ते बघून त्यांना सतावणं सुरू आहे. त्या संपूर्ण दहा एकराला त्या कंपौंड घालणार आहेत. ते चार दिवस आपली माणसं तिथं पहाऱ्याला द्या. तुम्ही जातीनं हजर रहा. त्यांचा तक्रारअर्ज दाखल करून घ्या. कुणी अडचण आणली तर सरळ गाडीत घालून त्यांना इथं घेऊन या. फार माजलीत माणसं, चोरुन खाण्याचासुद्धा हक्क मागतात अलिकडे. एकटी बाई बघून हे सुचतं."

साहेब बोलताना नेल्सी खाली मान घालून ऐकत होती. पाठीमागच्या खिडकीतून आलेल्या प्रकाश झोतात एखाद्या निस्तब्ध चित्रासारखी ती भासत होती. चंद्रहासनं विचारलं, "आपली प्रॉपर्टी शहराच्या कुठल्या बाजूला येते?"

"इंडस्ट्रिअल एरिया संपल्यानंतरचा ब्रीज ओलांडला की आमची सीमा सुरू होते. आपल्याला सवड असेल तर आता सुद्धा जाऊन येऊ. आपण सोबत असलात तर जायला भीती नाही. एरवी शक्यतो मी एकटी जात नाही. आता माणसं फार स्वार्थी झाली आहेत. स्वार्थीच नव्हेत तर क्रुरपण! भीती वाटते. पूर्वी असं नव्हतं. विश्वास होता माणसाचा."

भावनावेगात आपण फार बोललो हे ध्यानी येऊन ती एकदम गप्प झाली. देवघरात आरतीच्या वेळी घंटा किणकिणते आणि त्यानंतर लगेच शांतता पसरते तसं झालं. पुन्हा तिनं मान खाली घातली. डोळ्यांच्या लांबट पापण्यांकडे चंद्रहास बघत राहिला.

"वेळ असेल तर जाऊन ये. त्यांना पुन्हा पुन्हा परत यायला लागू नये." साहेबांनी उभं राहून तिला निरोप दिला. "थँक्यू सर, ओब्रिगाद." ती कृतज्ञतेनं म्हणाली. ऑफिसमधले कागद व्यवस्थित टेबलाच्या खणात ठेवून चंद्रहास परत येईपर्यंत ती पोलिस ऑफिसच्या पोर्चमध्ये त्याची वाट बघत उभी होती. तिची नेपच्यून कलरची मारुती कार तिनं नारळाच्या झाडांच्या सावलीत उभी केली होती. कारच्या पुढच्या सीटजवळचा दरवाजा तिनं त्याच्यासाठी उघडला, "प्लीज" ती म्हणाली. सराईतपणे ती गाडी चालवत होती. शहर पार करून सहजपणे तिनं गाडी गावाबाहेर काढली. छोटे छोटे कारखाने पार करत, त्यांची गाडी तिच्या जमिनीच्या सीमेवर येऊन उभी राहिली. आजवरच्या पंचवीस वर्षांच्या नोकरीत कुणा स्त्रीनं कार ड्रायव्हिंग करून त्याला कुठं नेलं नव्हते की तो कुणा स्त्रीच्या शेजारी कधी असा बसला नव्हता. आज जे घडत होतं, ते वेगळंच होतं.

"इथून आमची सीमा सुरू होते. थोडं चालून गेला की ती पलिकडची सीमाही दाखवू शकेन. त्या पलिकडे, जी झोपडपट्टी आहे, तिथली माणसं हा सर्व उपद्रव देतात. पूर्वी असं नव्हतं. पूर्वी थॉमसचा वचक होता. ही सारी माणसं त्याला घाबरायची."

"शिवाय पूर्वी अशी चोरीमारी करण्याची वृत्ती पण नव्हती. एकमेकांचा रिस्पेक्ट ठेवायचो आपण. पण ही सगळी स्वातंत्र्याची फळं, कायद्याचं अर्ध ज्ञान, अर्धवट शिक्षण... या माणसांना भडकवणारे स्थानिक लिडर्स, खोटे खटले चालवून पोटं भरणारे वकील... आमच्यासारखे कसे सामना करणार सर्वांशी? आजवर कधी पोलिसांची मदत घेतली नव्हती. पण यावेळी इलाज नव्हता. पोलिस स्टेशन, पोलिस सगळं प्रथमच बघतेय. म्हणून तर मघाशी तुमच्या साहेबांकडे तक्रार

नोंदताना आधी रडूच कोसळलं. एरवी मी तशी खंबीर आहे. ल्यूसी... माझी मुलगी, माझ्या खंबीरपणावर विसंबूनच तर लंडनमध्ये राहतेय. मला बोलावतेय एकसारखी. पण हे कोण बघणार? हे सगळं टाकून, मी कशी जाणार? शेवटी हे सर्व माझ्यावर सोपवून तो निघून गेलाय ना?''

बोलताना तिचा आवाज जड झाला होता. त्यानं चमकून बघितलं. ती एक विधवा होती.

ती पलिकडच्या सीमेलगत त्याला घेऊन गेली. ती एक छोटी टेकडी होती. डोंगर उताराच्या खालच्या घळीत काही झोपड्या होत्या. तिकडे बोट दाखवत ती म्हणाली, ''ही आमची सीमा. मध्ये हा एवढा डोंगर उतार आणि पलिकडे ती माणसं, त्यांचा या जमिनीशी काही संबंधच नाही. चोरुन काजू, नारळ खातात आणि वर मला धमक्या देतात. ओऽह गॉड.'' छोट्या रुमालानं कपाळावरचा घाम टिपत ती म्हणाली. झाडांच्या सावलीत उन्हाची छत्री डोक्यावर धरून ती उभी होती. तरी उन्हानं तिचा चेहरा लालभडक झाला होता.

''मी तारेचं कंपौंड घालायचे कॉन्ट्रॅक्ट दिलयं एकजणाला. तो म्हणतो पोलिस निरीक्षक बोलवा. कुणी आडवे आले तर सरळ पोलिस कंप्लेंट देऊ. परवा दिवशी सकाळी काम सुरू करु. याल ना सर वेळेवर? प्लीज हेल्प मी. तुमची मदत असेल, तरच काम, होऊन जाईल, तुमचे उपकार मी या ना त्या रुपानं फेडेन. चालेल?''

यावेळी प्रथमच ती त्याच्या चेहऱ्याकडे बघून बोलली. तिचे डोळे अतिशय सुंदर होते. त्यात निळसर झांक होती. भावविवशता होती. तिचे हात भावनावेगाने थरथरत होते.

हिरव्यागार वनराईच्या पार्श्वभूमीवर एखाद्या एंजलप्रमाणे दिसत होती. तिचा थरथरणारा नाजूक, तळवा, त्यानं आपल्या मजबूत हाती घेत म्हटलं,

''उपकाराची भाषा कशाला मॅडम? माझं कर्तव्यच आहे ते. भिऊ नका. तुमचं काम पूर्ण होईपर्यंत मी असाच मदतीला उभा असेन. कायदा तुमच्या बाजूनं आहे. मदतीला आम्ही आहोत. घाबरायचं कशासाठी? या देशात अराजक आहे खरं. पण न्यायही आहेच. सत्य आहे आणि ट्रुथ इज गॉड.''

आपल्या पंचवीस वर्षांच्या नोकरीत चंद्रहास असा भावनावश कधीच झाला नव्हता. इतकं हळवं कधी बोलला नव्हता. आणि स्त्रियांशी तर नाहीच. अरुंधतीच्या विदीर्ण अनुभवानंतर त्यानं स्त्रियांची नेहमीच हेटाळणी केली होती. त्यांना तिरस्कारानं वागवलं होतं. फार तर दयेनं, ते पण कर्तव्यभावनेनं! स्त्री ही भावनेतून बघायची असते हेच त्याला मान्य नव्हतं. पण... आज... आज एका अनोळखी परक्या स्त्रीशी तो हात हातात घेऊन बोलत होता. तिचा हात आपल्या हाती आहे, हे ध्यानी येताच तो चपापला, चटकन् तिचा हात सोडून तो म्हणाला,

"सॉरी मॅम."

संकोचानं तो मागे सरकणार तोवर तीच थरथरणाऱ्या वादळवेली सारखी त्याच्याजवळ आली. त्याच्या खांद्यावर डोकं ठेवून ती ढसढसून रडत होती. तिची कृश मान, मानेवर रुळणारे तिचे शुभ्र पांढरे केस!

किती एकटी असेल ती? देवानं सारं वैभव दिलं होतं. जोडीला एकटेपणाचं खोल दु:खपण! एकट्या स्त्रीला कोणकोणती संकटं सामोरी येत नाहीत? तरुण असेल तर नजरांची भीती, वृध्दा असेल तर येणाऱ्या वार्धक्याची भीती, संपत्ती असेल तर संपत्ती लुटणाऱ्या लुटारूंची भीती... कोणकोणती दु:ख हिनं सोसली असतील? किती वर्षे हे एकटेपण तिनं सोसलं असेल?

मनातल्या मनांत असे विचार करत असतानाच नकळत तो तिला ममतेनं थोपटत होता. मनातून थोडा सुखावलाही होता. कुणीतरी त्याच्या मदतीवर विसंबून होतं. जगात कुणाला तरी त्याचा आधार हवासा वाटत होता. केवळ या विचाराने तो सुखावला होता. तिच्या आणि त्याच्या वयामधलं दहा वर्षाचं अंतर एकदम कमी झालं होतं.

"ओऽह, सॉरी सर, कितीतरी दिवस हे सगळं आतल्या आत सोसतेय ना? कुणी असा धीर दिला नव्हता. आज नुसता तुमच्या धीराचा एक शब्द रडवून गेला मला! माफ करा सर." त्याच्यापासून थोड्या अंतरावर उभी राहत, रुमालानं चेहरा पुसत ती म्हणाली "मॅडम, मी लहान आहे तुमच्यापेक्षा. शिवाय एक साधा पोलिस ऑफिसर. मला सर म्हणू नका. चंद्रहास आहे माझं नाव."

"तुम्हा लोकांची नाव किती अवघड असतात? मी तुम्हाला चंद्रासाब म्हणेन. दोघांचा हट्ट पूर्ण होईल."

चंद्रहास मनमोकळं हसला. किती तरी दिवसांनी "चंद्रासाब" त्याच्या नजरेसमोरच्या आभाळात, चमकणारी एकच ठळक चांदणी चंद्रहास एकटक नजरेनं बघत होता. अनेक किरणांनी परावर्तीत होणाऱ्या, त्या चांदणी सारखीच होती. नेल्सी!

त्यानंतरचे पाच सहा दिवस तिच्या जमिनीच्या कंपौंडचं काम सुरू होतं. त्या दिवसात तिची अनेक वेगळी रुपं चंद्रहास बघत होता. थक्क होत होता. तिच्या जमिनीची नासधूस करणाऱ्या माणसांशी ती जेवढी कणखरपणे वागली होती. तेवढीच चंद्रहासच्या माणसांशी अत्यंत आदरानं वागली होती. कामावर आलेल्या मजुरांना ती माणूसकीनं वागवत होती. त्यांच्या खाण्यापिण्याची उत्तम व्यवस्था ठेवत होती.

रोज सकाळी येताना चंद्रहाससाठी चहाचा थर्मास, खाद्य पदार्थांचे डबे घेऊन येत होती. उंच टेकडीवर त्या आंब्याच्या झाडाखाली ती सतत उभी होती. खोल घळीत उतरत गेलेली वनराई, पाठीमागे अतिशय नीटसपणे उभे केलेले तिच्या

भाटामधले माड, पोफळी, काजू, आंबे, फणसाची झाडं, मध्येच उंच वाढलेले देवदार, सागवान, तांबडे धमक गुलमोहोर... या सर्व वनराईवर ओठंगून उभं असणारं आभाळ, निळ्या आभाळात वेगवेगळ्या आकारांनी उभे ठाकलेले पांढरे ढग मधूनच येणारी वाऱ्याची झुळूक, आपले भुरूभुरू उडणारे केस सांवरत उभी असलेली नेल्सी.

चंद्रहास भारावून ते सर्व पहात होता. जणू एक उत्कट निसर्ग चित्र तिथं जिवंत उभं झालं. "चंद्रासाब, तुमच्या मदतीनं मी हे काम पूर्ण करु शकले." कृतज्ञतेनं ती पुन्हा पुन्हा म्हणत होती.

"एकटीला कसं शक्य होतं? कितीही म्हंटलं, तरी बाईच्या ताकदीला मर्यादा पडतेच. आधार हवाच, कोणत्याही रुपाने!" ते ऐकून तो संकोचून म्हणाला,

"मॅडम, मनाची ताकदच खूप मोठी असते. आणि तुमच्या जवळ ती भरपूर आहे. मी काहीच केलं नाही. फक्त ड्युटी!"

"मनाची ताकद! ते खरं... पण आता सांगा, फक्त मनाच्या ताकदीवर त्या रानगटांशी मी कशी सामना करणार होते? तुम्ही गेले चार दिवस इथं उभे आहात. त्यामुळे काही त्रास झाला नाही. सारं सुरळीत पार पडलं. आणि तुम्ही फक्त ड्युटी म्हणून इथे उभे नव्हता. ड्युटी आणि आपलेपणा यांत पुन्हा फार मोठा फरक आहे. तो मला पूर्ण समजतो. थाँमस गेल्यापासून एकटीच हा गाडा ओढतेय, सगळी नाती, मित्रपरिवार सारं कसं कोरडं झालयं, तेच बघतेय रोज. म्हणून तुमच्या वागण्यातला आपलेपणा समजू शकते."

एखादी चोरी पकडली जावी, तसा चंद्रहास संकोचून गेला. केवळ ड्युटी म्हणून तिथं आलेला चंद्रहास, मनापासून तिला मदत करत होता. स्त्रीचं इतकं प्रगल्भ, सुंदर रुप त्यानं कधी पाहिलचं नव्हतं. खेड्यामधल्या एकत्र असणाऱ्या मराठमोळ्या कुटुंबात, आई, बहिण, भावजय या स्त्रिया त्यानं पाहिल्या होत्या. कॉलेजात समवयस्क मुली भेटल्या होत्या. पण ते सर्व धूसर आणि एका मर्यादेवरच राहिलं होतं. त्या नात्यामधली पारदर्शकता कधी थेट अशी जाणवलीच नव्हती. अरुंधतीनं दिलेल्या दाहक अनुभवाने तर काही जाणवून घेण्याची इच्छाच संपली होती. केवळ ड्युटी म्हणून जगणे... इतकाच अर्थ उरला असताना या स्त्रीनं एक वेगळा अनुभव दिला होता. तिचा खानदानीपणा, तिचा आत्मविश्वास, करारी वृत्ती... या सर्वांच्या पार आत असलेलं तिचं भावूक मन... जीवनाकडे बघण्याची तिची डोळस वृत्ती आणि दुसऱ्याच्या व्यक्तिमत्वाचा आदर करण्याचा तिचा स्वभाव, नाजूक बोलणं...

स्त्री रुपाचे सारे मनोहरी पैलू इंद्रधनुष्यासारखे त्या हिरव्या वनराईत प्रगट झाले होते. त्या स्त्रीला मदत करताना तो विलक्षण सुखावला होता. तिच्या बरोबर

जुळालेल्या नाजूक भावबंधाला नेमकं काय नाव द्यावं हे त्याला समजत नव्हतं. तिचं काम पूर्ण होऊन आठ दिवस झाले होते. तरी तो तिच्या व्यक्तिमत्वाच्या जादूमधून बाहेर निघू शकत नव्हता. लहानपणी नागपंचमीच्या सणाला बायका झाडांना झोके बांधत. त्याच्या बालहट्टाखातर, त्याच्या बहिणी त्याला झोक्यावर बसवत. उंच उंच झोक्यावरुन पहाताना, पलिकडचे दृश्य खूप सुंदर दिसे. तो उंचीवर असे आणि जग खाली. त्यानंतर झोका थांबला तरी कितीतरी वेळ उंचीवरुन क्षणभर दिसलेले सुंदर दृश्य मनात रेंगाळत असे... त्याप्रमाणे... त्या पाच सहा दिवसांमधले अनेक प्रसंग... त्याला सतत आठवत होते. त्याची अवस्था सखाराम बघत होता. आणि त्याने ते घाणेरडे उद्‌गार काढताच चंद्रहास खवळून उठला होता. संतापाने त्यानं सखारामला तुडवून काढला होता.

नेल्सीचा विचार करताना तिच्याविषयी कोणतीही अभिलाषा त्याच्या मनात चुकूनही आली नव्हती. तिची श्रीमंती, पैसा, दर्जा या सर्वांपेक्षा तिचं भारदस्त व्यक्तिमत्व त्याला भारून टाकणारं होतं. पण सखारामनं तो घाणेरडा आरोप करताच तो क्षुब्ध झाला होता. कधी नव्हे ते प्रथमच त्यानं जीवनाची एक चांगली बाजू पाहिली होती. त्यावर सखारामनं काळा रंग फासला होता. सुन्न चंदहास किती तरी वेळ असा बसून होता.

उद्या!

उद्या नेल्सीनं त्याला डिनरचं आमंत्रण दिलं होतं. नाही म्हणण्याची संधीच त्याला न देता आमंत्रण पक्क केलं होतं. मध्येच सखाराम असा पचकला होता. या गाठीभेटीचा माणसे असाही अर्थ काढू शकतात? या विचाराने तो हबकला होता. नेल्सीच्या घरी जाण्याचा उत्साहच मावळून गेला.

आज प्रथमच तिच्या घरी जाताना वाटेत त्यानं गुलाबाच्या फुलांचा गुच्छ विकत घेतला. टिपिकल पोर्तुगीज घाटणीच्या भल्या मोठया बंगल्याच्या आवारात त्याची गाडी उभी राहिली. त्याबरोबर बंगल्याच्या उंच व्हरांड्यात नेल्सी उभी राहिली, त्याच्या स्वागतासाठी ती पायऱ्या उतरुन खाली येऊ लागताच चंद्रहास गडबडीनं पायऱ्या चढून तिच्याजवळ पोचला.

तिनं गडद निळ्या रंगाचा पायघोळ झगा घातला होता. उघड्या गळ्यांत मोठ्या मोत्यांचा एक सर रुळत होता. कानांत तशाच मोत्यांचे छोटे इअरिंग्ज होते. चेहऱ्यावर केलेल्या हलक्या प्रसाधनाने ती आज अधिक आकर्षक दिसत होती.

"गुड इव्हिनिंग मॅम."

तिच्या घराचा दिवाणखाना भव्य होता. जुने सुबक लाकडी फर्निचर अतिशय सुंदर रीतीने मांडले होते. एका भिंतीवर थॉमस आणि नेल्सीचा सुंदर फोटो लावला होता. त्याच्या खालीच ल्यूसी आणि तिच्या नवऱ्याचाही फोटो होता. साईड बोर्डवर

दोन सुंदर नातवंडांचे फोटो ठेवले होते. चंद्रहास ते फोटो पहात असताना नेल्सी गंभीर चेहऱ्यानं त्याच्याशेजारी उभी होती.

"तुमचं घर छान आहे मॅडम, तुम्ही फार छान ठेवलंय. मन कसं प्रसन्न झालं." समाधानाने तो म्हणाला.

"बघा ना? सारं आहे फक्त माणसं नाहीत घरात."

"खूप एकटं वाटत असेल ना?" तिनं समोर ठेवलेल्या उंची ग्लासमधल्या वाईनचा घुटका घेत त्यानं विचारलं.

"खूपच! अनेकदा दिवस खायला उठतो. केवढं मोठं घर! माणसं, इतकी मोठी घरं कशासाठी बांधतात कोण जाणे? अशा घरातून पूर्वी भरभरून माणसं असायची. तेव्हा ठीक होतं. पण आता माझंच बघा ना? कसं रहायचं या घरात एकटीनं? ते दोघे गेले दोन दिशांनी आणि मधली मी... बसलेय घट्टपणे चिकटून या वास्तूला. मोजतेय दिवस!"

"मॅडम, कुणी नातेवाईक?" त्यानं विचारलं.

"आहेत, पण मुंबईत, मी मुंबईची ना? थॉमसचे नातेवाईक आहेत गोव्यात. भेटतात कधी कधी, सारं कोरडं. आपल्या घरचीच कुणीएक, या गोव्याच्या एका कोपऱ्यात एकटी राहतेय, याचं त्यांना सोयरसुतक नाही. नोकर चाकर आहेत. जुने आहेत म्हणून अजून प्रामाणिक आहेत. ते जाऊ दे. तुम्ही एकटेच राहता? एनी ट्रॅजीडी?"

चंद्रहासनं उत्तर दिलं नाही. तशी तीच स्वत:ला सावरुन म्हणाली,"ओऽह सॉरी. हा प्रश्न मी विचारायला नको होता."

"त्यात काही नाही. मी एकटा राहतो हे सर्वांनाच माहित आहे आणि एकटाच रहाणार आहे, हे मला माहित आहे. नोकरी संपली की कुठं जायचं हे ठरवले नाही. माझ काय मॅडम, एकटा जीव सदाशिव. तुम्हाला मुलगी आहे, नातवंड आहेत. आज ना उद्या परत येतीलच म्हणूनच तर सारं सांभाळता आहात. शेती जपता आहात. माझं तसं नाही, नोकरी संपली की कुठंही जाऊन राहीन."

"पण कुठं? एखादं गाव? एखादी जागा? काहीतरी विचार केला असणारच ना" तिनं काळजीनं विचारलं. "जागा" तो हसून म्हणाला.

"मॅडम, माणसाला त्याची खरी जागा सापडणं हेच महत्वाचं नां? आणि प्लॅनिंग करून काही होतं? अगदी प्लॅनिंगप्रमाणे शिक्षण, नोकरी, लग्न, घर सर्व गणित मांडलं. पण शेवटी ते घर टिकलं नाही. म्हणून पुन्हा नवं घर नाही. की त्यानंतर पुढचं प्लॅनिंग नाही. जे घडेल ते."

"खर आहे चंद्रहास, आमचीही किती स्वप्न होती. थॉमसची, माझी, आम्हाला भरपूर मुलं हवी होती. आम्हा कॅथलिक लोकांना चार चार मुलगे हवे असतात.

त्याच्यासाठी थॉमसनं हे एवढं मोठं घर बांधलं. पण पहिली मुलगी झाली ल्यूसी आणि थॉमस गेला. कार ॲक्सिडेंट. ऑन द स्पॉट खेळ खलास! ल्यूसीच्या आधारानं मी दिवस काढले, वाटलं होतं, जावई येईल, नातवंडांनी हे घर पुन्हा भरून जाईल. पण त्यांना गोवा नको. परदेशाची चटक लागली. तिथं वेट्रेस म्हणून काम करतेय माझी मुलगी. नातवंड पॉकेटमनीसाठी वीक-एन्डस ना कामं करतात. पण त्यांना घरची, मायेची शीत कढी नको. आता सांगा या एवढ्या मोठ्या घराचं काय करू? परवा तुम्ही मला मदत केली तशी नेहमीच कोण करणार?''

तिचे डोळे भरून आले, गडबडीनं तिनं स्वत:ला सावरलं, हसतमुखानं ती म्हणाली,

''बघा, बसले ना पुराण सांगत? पण कितीतरी दिवसांनी कुणाशी तरी असं बोलावसं वाटलं. कधी कधी चाळीत रहणाऱ्या माणसांचा हेवा वाटतो. तिथं बायका कचाकचा भांडतात. तेवढ्याच प्रेमानं शेजारधर्मही पाळतात. या गोव्यात सगळेच कसे मुखवटे लावून फिरतात? नवल वाटत या माणसांचं.''

तो हसला. तो स्वत:ही एक मुखवटा लावूनच फिरत होता.

मनातून एकटेपणाचं दु:ख साठून गेलं असताना, वरवरचा त्याचा मुखवटा मात्र करड्या पोलिस ऑफिसरचा होता. त्या क्षणाला त्याला वाटत होतं की, त्याच्यासमोर बसलेल्या एकाकी, थकलेल्या स्त्रीला जवळ घ्यावं. तिला धीर द्यावा. तिच्या काळजात साचलेलं दु:ख वाहू द्यावं....

पण तिच्यापासून दूर अंतर राखून आदबीनं तो बसला होता. तिनं सारं घर त्याला फिरून दाखवलं. तिची प्रशस्त बेडरुम, ड्रेसिंग रुम... तिचे आणि थॉमसचे फोटोंचे अल्बम, तरुण वयात नेल्सी अप्रतिम देखणी होती. अजूनही ती सुंदर दिसत होती. कधीच कष्ट न केल्यामुळे एखाद्या नाजूक फुलासारखी ती आजही कोमल उरली होती. तरुण वयाच्या खुणा आजही तिच्यावर जाणवत होत्या. त्याच्या मनातले विचार ओळखून ती हसत म्हणाली,

''चंद्रासाब, मी नुकतीच साठ वर्षांची झाले. पण खरं सांगू? वृत्तीनं मी ऐंशी वर्षांची बनलेय. थॉमस गेला तेव्हा अवघं तीस वर्षांचं वय होतं. अगदी तरुण वय, पदरात एक मुलगी, आणि जोडीनं ही संपत्ती. त्या सर्वांवर कावळ्याच्या नजेरनं टपलेली अनेक माणसं, नातेवाईक. त्याच दिवशी मी साठ वर्षांचं वय धारण केलं. थॉमसनं जे सुख मला दिलं, त्याच्या बळावर आजवर सारं पार होऊन गेलं. त्यानं जे भरभरून प्रेम केलं माझ्यावर, ते अजून पुरलयं मला. तरी पण... तरीपण कधी कधी खूप एकटी होते. कुणी जिवलग मित्र असावा, किंवा मैत्रिण असावी असं मनापासून वाटतं. तिथं वयाचा प्रश्न नसतो. पण मैत्री... मैत्रीचा... निखळ अर्थ कुणालाच समजत नाही. नकळत त्या मैत्रीत कधी स्वार्थ डोकावू शकतो तर कधी

असूया... आणि मग सगळचं नासून जातं. ते मी सोसू शकत नाही.''

एखाद्या सुंदर सतारीचे बोल ऐकत रहावे, तसा चंद्रहास तिचं बोलणं मनापासून ऐकत होता.

त्याचं आणि अरुंधतीच नातं नासून गेलं, ते सहन न झाल्यानं त्यानं तिला कठोरपणे तिच्या बापाच्या घरी पोचवलं होतं. मनकवड्याप्रमाणे तीच पुढं म्हणाली, ''चंद्रासाब, स्त्री आणि पुरुष, पती, पत्नी म्हणून एकत्र रहायला लागतात, तेव्हा ती सुद्धा दोन वेगवेगळी व्यक्तिमत्वे असतात.पण जमवून घेऊन संसार करतातच. पण माझे आणि थॉमसचे मात्र कधीच कोणत्याही ठिकाणी मतभेद नव्हतेच. खूप प्रेमानं राहिलो आम्ही.''

''भाग्यवान आहात.'' मनापासून तो म्हणाला.

तिनं त्याच्यासाठी जेवणाच्या टेबलावर वेगवेगळ्या पदार्थांनी भरलेल्या डिशेस ठेवल्या होत्या, आग्रह करुन ती त्याला खाऊ घालत होती. निरोपाच्या वेळी त्याच्या हाती एक टायबॉक्स आणि उंची परफ्यूमची बाटली ठेवत मी म्हणाली,

''तुम्ही मला केलेल्या मदतीची ही परतफेड करतेय असं समजू नका, प्लीज! आणि ही आपली भेट शेवटची आहे असेही समजू नका. तसं कशाला? मला तुम्हाला अजूनही काही दाखवायचं आहे, ते राहूनच गेलं, चला..''

त्याच्या हाताला धरुन दरवाजा उघडत ती म्हणाली. बंगल्याच्या बाजूच्या दाट झाडीतून मगाशी त्याच्या दृष्टीस न पडलेल्या एका टुमदार बंगलीसमोर तिनं त्याला उभं केलं, तिच्या प्रचंड बंगल्याच्या आवारातच ती छोटी बंगली उभी होती. दिव्याचे बटण दाबताच प्रकाशाने ती उजळून गेली. चारी बाजूने अर्धा लाकडी कठडा..आणि त्याच्या आत एका माणसाला पुरेल अशी सुसज्ज बंगली. दिवाणखाना, बेडरुम, किचन सारं काही असं मांडून ठेवलं होतं जसं कुणी तिथं राहत असावं. कोपऱ्यात टी.व्ही, टेपरेकॉर्डर, मधल्या नक्षीदार टेबलावर ताज्या फुलांची फुलदाणी.

''मॅडम, इथं कुणी राहतं?''

''अं. हं. कुणी नाही. हे पण माझ्या थॉमसचं एक वेड. तो म्हणायचा, नेल्सी आपण कधीतरी भांडलो ना, तर एकानं या बंगलीत रहायला यायचं, मग दुसऱ्यानं समजूत घालायला इथं यायचं. लुटूपुटूचं ते भांडण मिटवायचं. आणि पुन्हा बंगलीत जायचं. आम्ही कधी भांडलोच नाही. मग रुसण्यासाठी बांधलेल्या या बंगलीकडे बघून आम्ही खूप हसायचो.''

हे सांगताना ती हसू लागली आणि हसता हसता ती रडू लागली. चंद्रहास थक्क होऊन तिला बघत होता. तोवर सांवरुन ती म्हणाली,

''चंद्रासाब, तुमची माझी ओळख काल परवाचीच. पण मी तुम्हाला अनेक वर्षापासून ओळखतेय असं मला वाटतं. हे सगळं जग, स्वार्थी, खुज्या वृत्तीच्या

माणसांनी भरलंय असं मी म्हणाले ना? खरं तर तसं ते आहेच. पण माझा विश्वास आहे की या अशा माणसांतही कुणी एक खरा माणूस असणार आहेच. खरा म्हणजे कसा? तर माणसासारखं वागणारा. स्वार्थ, आकस, द्वेष, मोहाच्या लिंपणातून बाहेर आलेला. एक तरी माणूस जो प्रभूचा प्रेषित असतो... ज्याच्या रुपानं या जगातलं सत्य जिवंत असतं... ज्याच्यामधून असे अनेक सत्याचे आदर्श निर्माण होणार असतात... असा माणूस असणार आहे आणि कधीना कधी तो मला भेटणारही आहे. हा मला पक्का विश्वास आहे. याचं कारण... आयुष्यभर मी ही सत्यानं वागले. पाप केलं नाही. आणि म्हणूनच तुम्ही भेटलांत.''

''मी?'' त्यानं दचकून विचारलं.

''होय चंद्रासाब. मी पहिल्या दिवशी जमीन दाखवायला तुम्हाला घेऊन गेले आणि तुमच्या खांद्यावर डोकं ठेवून मनसोक्त रडले. कारण आज सांगते. मी जो खरा माणूस शोधत होते... जो भेटणारच असा मला विश्वास होता तो माणूस तुमच्या रुपानं मला भेटला होता. तुम्ही जबाबदारीनं मला मदत केली. आधार दिला आणि मी निश्चिंत झाले.''

''मॅडम...'' तिला थांबवत तो म्हणाला,

''मॅडम, माणूस असा एका महिन्याच्या ओळखीत समजतो? जगामधले सारे जटिल ग्रंथ समजतील एक वेळ... पण माणूस समजणं फार अवघड. त्याच्या मनाला अनेक कप्पे असतात. चोरकप्पे असतात. एक रानटीपणाचा क्रूर अंशही मुळापासूनचाच असतो.''

त्याला बोलता बोलता तिनं थांबवून म्हटलं,''एक सांगा, तुमचा आणि माझा परिचय एक महिन्याचाच, पण तुम्ही मला समजून घेतलतंच ना? जेवढी मी समजले, जशी समजले तशीच आहे. तसाच होता थॉमस. आम्हा स्त्रियांना नैसर्गिक एक सावध दृष्टी जन्मतःच दिलेली असते. निदान मला आहे. म्हणून माझा अंदाज चुकणं शक्य नाही.'' त्याला निरुत्तर करत ती पुढे म्हणाली,

''चंद्रासाब, मला सोबतीची, मैत्रीची खूप गरज आहे. आता या साठ वर्षांच्या शरीराला काहीच नको आहे. पण शरीराच्या आत जे मन असतं ना, त्याला खूप काही हवं असतं. चांगलं आणि वाईट ही! देवदयेनं मला वाईटाची अभिलाषा कधी जडली नाही. पण चांगलं, जे जे सुंदर म्हणजे, शांती, समाधान, सुखरुपता. यांमधून लाभणारा उच्च कोटीचा आनंद! त्यासाठी एक चांगली मैत्री हवी, चांगला सहवास?''

त्याचा हात हाती घेऊन भावविवशतेनं ती म्हणाली,

''तुम्ही द्याल अशी मैत्री? या बंगलीत रहायला याल? तुमचं तुम्ही स्वतंत्र रहा. मी डिस्टर्ब करणारं नाही. तुम्हाला मी भेटणारही नाही. तुम्ही राहिलात, तर रोज रात्री

बंगलीतले दिवे उजळतील. त्याचा प्रकाश या कौलांतून बाहेर येईल. आजूबाजूला नीरव शांतता, काळोख यांच्या सोबतीनं माझ्या बाल्कनीत उभी राहून मी फक्त तो कौलांतून येणारा प्रकाश बघत राहीन. तेवढा प्रकाशच मला सोबत म्हणून पुरे आहे. गेली तीस वर्षे अंधारातून ठेचकाळत चाललेय. फार घुसमटलेय. आणि यानंतर तर तो अंधार अधिक गडद होणार. होऊ दे. मी तयारी केलीय मनाची. पण त्यावेळी निदान प्रकाशाची एक तिरीप समोर असावी ना?''

थोडं थांबून ती म्हणाली,''तसा सर्वांचाच प्रवास अंधारातला. पण प्रत्येकजण एका प्रकाशाच्या आशेवरच चालत राहतो. खरं ना? तुम्हाला इथं बोलावण्यात इतकाच स्वार्थ आहे माझा. मी असताना किंवा माझ्यानंतर इतर कुणीही तुम्हाला त्रास देऊ शकणार नाही, इतकी कायदेशीर तरतूदही मी करून ठेवेन. तुम्हाला इथं येणं मनापासून आवडत असेल तरच या. माझ्या सारखीचा सहवास तुम्हाला आवडणं कठीण आहे.''

''छे. छे. काय बोलता मॅडम? तुम्ही खूप ग्रेट आहात. गोड आहात आणि सुंदरही! मनान इतक्या प्रगल्भ आहात, त्यापुढे मी कोण? ना आगा ना पिछा... असा एक पोलिसमन. काय दिसतं तुम्हाला माझ्यात ते मला अजूनही समजलं नाही.''

तो बोलत असताना, ती भावविवशतेनं त्याला बघत होती. बघता बघता तिचे निळे डोळे पाण्यानं भरून आले आणि गालावरुन ओघळू लागले, खरं तर त्यावेळी तिला मायेनं जवळ घ्यावं, धीर द्यावा असं त्याला फार वाटलं. तो सुद्धा मनातून गलबलून गेला होता. पण... हलकेच आपले हात सोडवून घेत तो म्हणाला,

''विचार करुन सांगतो मॅडम. येऊ मी? टेक केअर ऑफ युअर सेल्फ. गुड नाईट!''

गाडी स्टार्ट करताना त्याची नजर पोर्चकडे गेली. बाजूच्या बंगलीच्या कौलातून प्रकाश बाहेर आला होता. उंच व्हरांड्यातल्या काळोखात उभी असणारी नेल्सी, त्या प्रकाशांत निळसर ठिपक्यासारखी दिसत होती. आजूबाजूला दाटून आलेल्या काळोखातून, त्याची गाडी चालली होती. नेल्सीचे शब्द त्याला आठवत होते.

''या शरीराच्या आंत एक मन असतं. त्या मनाला बरच काही हवं असतं. चांगलं आणि वाईटही.''

चंद्रहास विचार करत होता. नेल्सीनं जे जग बघितलं होतं, ते खूप सुंदर होतं. त्यांत थॉमसचा मृत्यू आणि ल्यूसीचं परदेशी जाणं... या खेरीज वाईट काहीच नव्हतं. पण त्यानं मात्र जास्ती वाईटच पाहिलं होतं. परके होत गेलेले नातेवाईक... प्रतारणा करणारी पत्नी... आणि चोऱ्या, खून, बलात्कार करणारे हजारो गुन्हेगार!

चंद्रहास दचकला. त्याला माहिती होतं की ती सर्व माणसे मुळात चांगलीच

होती. पण कधीतरी त्यांच्या मनात दडलेला क्रूर सैतान जागा झाला होता आणि ते अघटित वागून गेले. हा सैतान प्रत्येक माणसाच्या मनांत कुठंतरी असतोच. त्याच्या स्वत:च्या मनात सुद्धा तो होताच... न जाणो तो कधी जागा झालाच तर? तर त्या बंगलीतून बाहेर निघणारा प्रकाश विषारी होऊन जाईल. त्या विषारी प्रकाशाने नेल्सी संपून जाईल.

नेल्सी!

त्याच्या परत भेटीकडे डोळे लावून बसलेली नेल्सी आठवली. तसा त्याच्या गळ्यांत आवंढा दाटून आला. डोळे भरून आले. गाडी थांबवून, स्टिअरिंगवर डोकं टेकून तो मनमुक्त रडत होता. केव्हापासून तरी काळजांत थिजून राहिलेले त्याचे अश्रू, नेल्सीनं जिवंत केले होते.

खूप वेळानं तो शांत झाला. रुमालानं डोळे पुसून त्यानं गाडी स्टार्ट केली.

नेल्सी!

त्याच्या जीवनाला अचानक एक झोका तिनं दिलां होता. झोका उंचीवर गेला की तिथून खालचं जग किती मनोहर दिसतं. किती रम्य! पण क्षणभरच... ते दृश्य नजरेत येतं न येतं तोवर झोका खाली येतो. तो कधीच उंचीवर टिकत नाही. पण जे टिकतं ते तिथून बघितलेलं... दिसतं न दिसतं, तोंवर अदृश्य झालेलं ते सुंदर दृश्य... तेच फक्त मनात साठवून झोक्यावरून जमिनीवर उतरायचं असतं.

चंद्रहासनं स्वत:ला सावरलं. त्याची गाडी पोलिस क्वॉर्टर्सच्या दिशेला वळली. झोका थांबला होता.

◆

अनमोल हिरा

तिन्ही सांजेची वेळ होती. आपल्या शयनगृहातल्या पूर्णाकृती आरशासमोर उभी असणारी हिरा, आपलं सौंदर्यप्रसाधन ठीकठाक करत होती. चांदीच्या कोयरीतलं कुंकू बोटांच्या चिमटीत धरुन, आपल्या गोऱ्यापान कपाळावर नाजूकशी, तिने चंद्रकोर रेखली आणि समाधानानं आरशातल्या आपल्या छबीकडे पाहिलं. त्या लाल चंद्रकोरीच्या इवल्याशा ठिपक्यानं तिचा चेहरा किती सुंदर दिसत होता! कुंकवाची एवढीशी चिमूट! पण बाईचं सारं जीवन बदलण्याची ताकद त्यात असते. हिराच्या नजरेसमोर नुकतेच लग्न लागलेले, हिरवागार चुडा सावरत, शालूतून, गळाभर रूळणारे मंगळसूत्र मिरवत चालणाऱ्या अनेक नवोढांचे, सात्विक तेजाने ओथंबून जाणारे अनेक चेहरे आठवले. गिरगावच्या गजबजलेल्या वस्तीत, चाळीच्या एवढ्याशा खुराडयात आनंदाने संसार करणाऱ्या, गरीबीशी तडजोड करणाऱ्या अनेक गृहिणी ती रोज बघत होती. त्या इतक्या समाधानात राहतात याचे कारण, त्यांच्या कपाळावरचा तो लालभडक कुंकवाचा गोल. हेच त्याच्या समाधानाचे बीज होते, हे पण हिरा जाणून होती. त्या सर्वजणींची आठवण येताच हिराचा चेहरा उतरून गेला. आपल्या भरदार केसांच्या आंबड्यावर जुईचा गजरा माळणारे, तिचे हात अभावितपणे खाली आले. मनात ओसंडून वाहणारं समाधान, उत्साह क्षणांत कमी झाला. आरशात दिसणाऱ्या आपल्या देखण्या छबीकडे, ती सुन्नपणे बघत राहिली.

कपाळावरच्या चंद्रकोरीची आणि स्वतःच्या सौंदर्याची तिला घृणा वाटत राहिली. नेहमीप्रमाणेच! नेहमीप्रमाणेच मनातल्या निराश विचारांनी तिला घेरून टाकले. 'काय उपयोग आहे या सौंदर्याचा? जे सौंदर्य केवळ आपल्या प्रिय व्यक्तीच्या चरणी अर्पायचं ते सौंदर्य... ते सौंदर्य हाच एक शाप आहे माझ्या सारखीला! थोडंसं बहरण्या आधीच, त्याचा सौदा केला गेला! मनात असो वा नसो, त्या सौद्याला मान तुकवावी लागली. ज्याच्या हाती ते लागलं तो खरेदी करणारा... सौदागर ना जातीचा ना धर्माचा, ना तरुण वयाचा ना तरुण मनाचा. फक्त आपलं

सौंदर्य, हे तारुण्य ओरबाडून... उद्या त्याचा चोथा करून फेकून देणारा... ही फक्त आपलीच कथा नव्हे .. त्या मावशीनं हा सौदा आपल्या मनाविरुध्द केला... तिची... तिच्या आधीची. आजूबाजूची... साऱ्यांची कथा हीच! कपाळावरची ही चंद्रकोर! फक्त चेहऱ्याची शोभा वाढवणारी. इतरांचं झालं ते झालं पण आपण? आपण तर शिकलेल्या... मिशनरी स्कूलमध्ये शिकलेल्या फादर ज्यो... सिस्टर माया...

लहानपणापासून या परंपरेविरुध्द लढायला शिकवत होते. साऱ्या स्त्री जातीच्या चित्तरकथा समोर उलगडत होते. कुणी बालविधवा... कुणाचं केशवपन... कुणाला प्रचंड सासुरवास... कुणी एकत्र कुटुंबाचं दळण दळता दळता जात्यात भरडून जाणाऱ्या... कुणी... आपल्या सारख्या... विकल्या जाणाऱ्या... कुटुंबाचं पोषण करता करता.. अनौरस संतती वाढवणाऱ्या... मेलेलं जिणं जगणाऱ्या...

"परंपरेविरुध्द लढेन" अशी शपथ शाळेतलं शिक्षण संपताना आपण तिघींनी घेतली होती. किती खूष झाले होते फादर बाबा आणि माया सिस्टर!

"हिरा तुझी भाषा खूप छान आहे. मोठी झालीस की खूप लिही. नाटकांतून, कथा, कवितांमधून..."

"स्पष्ट लिही माय चाईल्ड! शहाणं कर सर्वांना" आणि... आपण?

किती ठसक्यात सांगायचो? "मी? मी खूप मोठी लेखिका होणार. देवलमामांसारखी नाटकं लिहिणार. माझी नाटकं किर्लोस्कर कंपनीच्या स्टेजवर होतील. माझ्या कविता केसरीत छापून येतील."

पण प्रत्यक्षात... काय घडलं?

कविता छापून आल्या... नाटकं वाचली गेली, नाव झालं. मोठ मोठे कवी, नाटककार, गायक घरी येऊ लागले.

कौतुक, स्तुती, मोठ मोठे शब्द...

सारं खोटं... त्यांना माझ्या प्रतिभेचं कौतुक नव्हतंच कधी! त्या सर्वांना हवा होता एक सहवास. त्या सहवासाची झिंग चढली, की नामानिराळे होणारे आंबटशौकीन... स्वत:च्या बायका चारखणी वाड्यात सुखरूप ठेवून साहित्य चर्चेच्या नावाखाली माझ्या सौंदर्याचं फुकट अवलोकन करणारे... फुकटे... बुभूक्षितच...

अंजनीचे... आपल्या मैत्रिणीचे शब्द हिराला आठवले,"हिरा, शहाणी हो ग बाये! बंद कर हा दरबार! यांतला एकजण खरा नाही. कुणाला तुझ्याजवळच्या खास चीजांच्या चाली हव्या आहेत. तर कुणाला नाटकाचे बीज, कुणाला विरंगुळा, कुणाला फुकट दारु आणि तुझा सहवास...'

"म्हणे, पवित्र प्रेम"

सुरंगा! हिराची दुसरी मैत्रिण! अगदी नाजूक आणि भावूक मनाची सुरंगा! मऊसुत आवाजात बोलणारी, कुणाला न दुखावणारी सुरंगा... पण हिराच्या घरचा

रोमँटिक दरबाराचा विषय निघाला, की तिचा संताप उफाळून यायचा. ती म्हणायची.

"डोंबलाचं पवित्र प्रेम! आपल्यासारख्यावर पवित्र प्रेम कुणी केलंय कधी? आई, मावशी, आजोबा, भाऊ... नव्हे... आपली पोरं? सर्वांना फुकट कमवून घालणाऱ्या आपण... म्हणून जवळ तरी करतात. सौदा करणारा पुरेपूर वसूल करून घेतो. व्यापारीच तो! मग सांग हिरा? हे पगडीवाले खरं प्रेम करतील? त्यांच्या पगडीखाली बुद्धी आहे. त्यांचे घारे डोळे... ते तर त्यांचा धूर्त स्वभाव सहज सांगतात. त्यांची बुद्धी ते वापरतात. मोठ मोठे शब्दही वापरतात. पण सारं खोटं. म्हणूनच अंजनी तुझ्यावर रागावते. बाईचा खरा दागिना म्हणजे तिचं चारित्र्य असं तिचं ठाम मत! ती स्वत: पण ठामपणे वागते की नाही? तिच्या गाण्याच्या मैफिली राजे सरदारांच्या हवेलीत होतात. पण कुणाची हिंमत आहे अंजनीकडे वाकड्या नजरेनं बघायची? अंजनीच्या नजरेची जबरच तशी आहे. काय ग अंजू?"

"तर काय? आपल्या तेजाचं वलय इतकं प्रभावी असायला हवं की बघणाऱ्याची मान आपोआप झुकावी!" अंजनीने सुरंगाच्या बोलण्याला पुस्ती जोडली. ती पुढं म्हणाली.

"हिरा, तुझ्या नाटकाचं खूप कौतुक झालं. मराठी साहित्यातली पहिली नाट्यलेखिका म्हणून तुझा पराक्रम सर्वांनी मान्य केला. पण ते सारं खाजगी बैठकीत! मोठ मोठ्या नाटक कंपनीचे मालक तुझ्या घरी येतात... पण तुझं नाटक कुणी स्टेजवर आणलं? ते जाऊ दे ग! पण तुझं छापलेलं नाटक ज्यांना अर्पण केलंस, त्यांनी अर्पण पत्रिकाही फाडून टाकली. कारण तसं जाहीर झालं, तर त्यांचं पवित्र प्रेम विटाळलं असतं? अं हं. खरं कारण, तर तू जाणतेस हिरा! तुझी आणि त्यांची मैत्री, त्यांना जग जाहीर होणं नकोय. खरं ना? आता तूच बघ? केसरीच्या संपादकांनी तुझ्यावर केलेली कविता म्हणून माऽरे तू फ्रेम करून या दिवाणखान्यात लावलीस! पण वेडे... या कवितेत तुझ्या बुद्धीच नव्हे तर शरीराचं वर्णन आहे. शी!"

अंजनीचे तुच्छतेचे उद्गार हिराला आठवले. ती सुन्न झाली. आरशासमोरच्या बैठ्या स्टुलासमोरून उठून ती बाजूच्या कोचावर बसली. लहानपणापासून कोमल, कविमनाची असणारी हिरा... आजवरच्या साऱ्या कटू अनुभवांनी पार हतबल झाली होती. काय होतंय आपल्याला?

हा उंचापुरा बांधा, त्याच्यावरून ओघळणारे लावण्य, जन्मत: लाभलेली प्रतिभावंत बुद्धी... त्याच्या बळावर लाभलेले मानसन्मान.. प्रतिष्ठा... कौतुक... मान्यवरांच्या बरोबरीनं उठणं बसणं, चर्चा स्वत:चा एक सुंदर सूर... मधुर आवाज, त्याच्या बळावर मैफिल जिंकण्याची नशा!

अंजनी इतकी मशहूर गायिका नसेन मी! की सुरंगा इतकी देखणी! पण... मी

पण... कुणीतरी आहेच! मी...

हिराबाई पेडणेकर! एक समर्थ गायिका, एक संपन्न लेखिका! हे सारं खरं आहे पण... खरं काहीच नाही.

विचारांच्या भरात हिरा उठली. आरशासमोर उभी राहून, आपली साडी ठाकठीक करु लागली. जांभळ्या गडद रंगाची पैठणी, चापून, चोपून बसवलेले पैठणीचे काठ, दोन पावलांच्या मधोमध रुळणाऱ्या नऊवारी पैठणीच्या पायघोळ निऱ्या, अंगातल्या किनखापी चोळीचे दंडात घट्ट रुतलेले काठ, मधोमध माणकाचा खडा जडवलेल्या सोन्याच्या वाक्या, कानातली हिऱ्यांची वेलभोकरं, रुंद गळ्याला घट्ट बिलगलेले तन्मणीचे खोड, जांभळं मीनाकाम केलेली सोन्याची काकणं, मोत्याचे रुंद तोडे

किती सुंदर होती हिरा!

स्वत:च्या रूपाची क्षणभर तिलाच भूल पडली पण क्षणात ओठावर ओघळणारे हासू उतरून गेले. डोळ्यांत निराशेचे ढग दाटून आले. मनातली एकाकीपणाची भावना तीव्रतेने जाणवू लागली.

"या जन्माला अर्थ तरी कोणता? रंग, गंध, सौंदर्याने भरलेल्या या जगात वावरताना, कुणीतरी सोबती हवा! तरच, त्या सुंदरतेचं सौंदर्य शतपटीने वाढतं. पशु, पक्षी, निसर्ग सर्वांनाच एक सुंदर जोड असते. कमळाच्या पानांच्या आड लपलेल्या जोडीदाराचा विरह सहन न होऊन, त्याला आर्त साद घालणारी चकोरी, वसंतऋतूचं आगमन होण्याच्या वेळी, केवळ आंब्याच्या मोहोराच्या गंधानं, सैरभैर होऊन, चित्कारणारे कोकिळ, भारद्वाज... इतकचं कशाला? सूर्यावर प्रेम करणारी धरती, धरतीच्या वियोगानं झुरणारा चंद्र... हे सारं विश्व एक सुंदर प्रेमगीत गात असतं. या सुंदर विश्वात, एकाकीपणाचा हा शाप आपल्याच नशिबात का"

या विचारांनी हिराच्या डोळ्यांत पाणी तरळलं.

"प्रेम? खरं प्रेम असतं या जगात? असेल ही! पण आपल्या जगात... फक्त ... वासना...."

हा विचार मनात आला आणि हिराला अंजनी आणि सुरंगा, या तिच्या बालमैत्रिणी आठवल्या. त्या दोघीपण याच चिखलातील कमळं होत्या. पण अंजनीला, तिच्यावर मनापासून प्रेम करणारा, उमद्या मनाचा वरूनजी भेटला होता. त्यानं तिचं गाणं फुलवलं होतं. तिला वैभव तर बहाल केलंच होतं, पण जीवनाला सुखरुपताही दिली नव्हती? आणि सुरंगा... वाळकेश्वर मंदिरात भेटलेले राजाजी, त्यांनी सुरंगाचं देखणेपण, आपल्या कुंचल्यातून शतपटीनं खुलवलं होतं. सुरंगा राजाजींची प्रेरणा होती. शकुंतला, उर्वशी, मेनका, सीता, दमयंती, द्रौपदी, तारामती साऱ्या पौराणिक नायिकांत त्यांना फक्त सुरंगा दिसते. इतकी ती त्याच्या मनाच्या आरपार सामावली

आहे. सुरंगाच्या रुपानं, आपल्या गोव्याचं खानदानी सौंदर्य सातासमुद्रापलिकडे पोचलं. ती चित्रं... फक्त चित्रं नव्हेत, तर सुरंगा आणि राजाजीच्या एकमेकांवरच्या दृढ विश्वासाची जिवंत साक्ष आहे. अश्राप मनाची आपली सुरंगा. सुरंगीच्या नाजूक फुलासारखी पारदर्शी मनाची, मोहक चेहऱ्याची सुरंगा! बरं झालं, काळ्या टचटचीत मुंगळ्यांच्या दंशांनी मातीत पडण्याआधीच, राजाजींनी आपल्या हातांच्या तळव्यांत तिला अचूक झेलली. एक जीवन सार्थकी लागलं.

आपण? काय होणार आपलं?

खरंच कुणी आपलं मन जाणून घेणारं, कुणीतरी - कुणीतरी या जगात असेल?

आपल्या साऱ्या जीवाची कुरवंडी ज्याच्यावरून उतरून टाकावी असा... खरचं कुणी असेल?

हिरा कासाविस झाली.

'एवढ्यात हरलीस? वेडे, अगं, कुणीतरी, कधीतरी भेटणार हे नक्की. या जगात चांगली माणसंसुद्धा आहेत. फक्त ती भेटण्याची वेळ यावी लागते. अशी निराश नको बाई होऊस. आधी हे सारे मुंगळे झटकून टाक तुझ्या घरातून. फुकटे. खोटे. फक्त मेवा चाखायला येणारे. नाव मोठे, शब्द तर? त्याहूनही मोठे... पण करणी... अगदी सामान्यांची! पगडी, उपरणी, जोडे... त्यांचा थाट बघावा. पण दुरून,' अंजनीचे शब्द आठवले.

अंजनी, सुरंगा वेळोवेळी हिराला सावरत होत्या. तिच्या दोघी बालमैत्रिणी! त्या तिघींची दाट गट्टी. पहाटे मुरलीचा मधुर नाद करत, पायातले घुंगरु वाजवत येणारा वासुदेव असो किंवा अंगावर फडाफडा चाबूक मारत येणारी कडकलक्ष्मी! वालुकेश्वराचं मंदिर, तिथं माना हलवणारा नंदी बैल, बापूराव भागाबाईचा खेळ करून दाखवणारे गारुडी...

या जगातल्या साऱ्या नवलकथा त्या तिघींनी एकदमच बघितल्या होत्या. नवीवाडीत भरणारे मिशनरी स्कूल, त्या शाळेत ऐकलेल्या परिकथा, कविता. केसरी नावाचं वर्तमानपत्र, लोकमान्य बाळ गंगाधर टिळक नावाचं वादळ, चले जाव चळवळ आणि.

त्याचा परिणाम म्हणून फादर ज्यो परदेशी जाणं, त्याला मिठी मारून रडणाऱ्या त्या तिघी. सारं सारं बालपण तिघींच्या मनांत घट्ट उरलं होत. मैत्री अभंग उरली होती.

अंजनी, सुरंगा आहेत म्हणून आपण आहोत.

"बाय, ए हिराबाय, पळे गो कोण आयला."

मावशीच्या हाका कानावर आल्या तशी दडादडा जिना उतरून खाली आली.

बालपणी सारखीच! खालच्या सोप्यातल्या कोचावर अंजनी आणि सुरंगा बसल्या होत्या. त्यांना बघून हिरा थबकलीच! सौंदर्याच्या अस्सल पुतळ्याच तिथं अवतरल्या होत्या. डाळिंबी रंगाची इंदूरी साडी नेसलेली सुरंगा, आणि हिरवीकंच गर्भरेशमी इरकली साडी परिधान केलेली अंजनी! नऊवारी साड्यातून त्यांचं सौंदर्य उठून दिसत होतं. मोजकेच अलंकार, भरघोस अंबाड्यावरच्या जुईच्या फुलून आलेल्या कळ्यांचे गजरे.

"अग बायांनो, अशा रंभा, उर्वशी नाटकं बघायला आल्या, तर लोक नाटक बघणार की अप्सरांना?"

तिनं कौतुकानं विचारलं.

"ते ठाऊक नाही. पण सारेजण तुलाच आज बघणार बघ हिरा! हा रंग किती खुलून दिसतोय! एवढ्या हौसेनं रुक्मिणी स्वयंवर बघायला जातोय खऱ्या, पण मला तर भीती वाटतेय, आमच्या या रुक्मिणीला खरंच, एखादा श्रीकृष्ण तर भेटणार नाही? कुणीही वेडा होईल आमच्या हिराला बघून! देवा, पाव रे सायब! रक्षण कर या रुक्मिणीचं! आज काही खरं नाही ग बाई."

"कुणाचं?"

"जो कुणी आज भेटेल त्याचं ग!"

सुरंगा म्हणाली. "हं! भेटतोय म्हणे! भेटेल कुणी आंबटशौकिन!"

हिरा म्हणाली.

"दृष्ट लावून घ्याल गं बायांनो, रंभा, उर्वशी, मेनकाच जशा. चला आंत. दृष्ट उतरवते." मीठ, मोहरी तडतडत होती. "पाड पडो मेल्यांची. डोळे फुटोन जावोत" भीमा मावशीनं कुणाकुणाची नाव घेऊन दृष्ट उतरवली.

"अग अग मावशे, डोळे फुटतील ना त्यांचे."

"फुटोत मेल्यांचे डोळे."

यावर तिघी जणी मोकळेपणी हसल्या. आणि दरवाजात उभ्या असणाऱ्या अंजनीच्या बग्गीत बसल्या.

"बरी करून चला गो"

"होय ग मावशी. काळजी करु नकोस."

बग्गी संथपणे जात होती. बग्गीच्या दोन्ही दरवाजांना जाळीचे पडदे होते. पाठीमागे दोन दरवान उभे, तर पुढे रुबाबदार कोचमन! वरूनजीनं अंजनीला महाराणीच्या थाटात ठेवलं होते. आणि सुरंगा तर राजाची पट्टराणीच जणू! हिरानं सुस्कारा सोडला.

सारं थिएटर नाटकात रंगत होत. गाणी ऐकून अंजनीचं मन तृप्त झालं होतं. तर रुक्मिणीस्वयंवर बघताना सुरंगा मनातून मोहरली होती. हिराला मात्र स्वत:ला

नेमकं काय वाटतंय तेच समजत नव्हतं. ते सारं नाटक, एक सुंदर अनुभव होता! त्याचे संवाद, प्रवेश, गाणी, अभिनय, सारं काही हिरा, भारावून बघत होती. विशेषत: ज्या कृष्णावर ते नाटक आधारलेलं होतं, तो देखणा नट...

आजवर असं पुरुषी सौंदर्य, भरदार आवाज आणि कसदार अभिनय हिरानं पाहिलाच नव्हता. पुन्हा पुन्हा वन्समोअर घेऊन तो, त्याच उत्साहाने गात होता. हसतमुख, मिस्किल भाव सहज व्यक्त करत होता. त्याला बघून हिराच्या काळजाचा ठोका चुकत होता.

नाटकाच्या मध्यंतरात अंजनीला आतमधून बोलावण आलं. किती झालं तरी ती एक मशहूर गायिका अंजनी मालपेकर होती. तिला फार सन्मानाने वागवलं जात असे. त्या तिघी विंगेच्या पाठीमागे ठेवलेल्या खुर्च्यांवर बसल्या. मालकांनी सर्वांची ओळख करून दिली. श्रीकृष्णाकडे हात करत मालक म्हणाले,

"हे नानासाहेब, आमचं भूषण.'' तिघींनी हात जोडून नमस्कार केले. अंजनीनं त्यांचं कौतुक योग्य शब्दात केलं. हिरा गप्प होती. दुसरा अंक सुरू होण्याची घंटा झाली. त्या जायला निघाल्या. इतक्यात हिराच्या कानावर शब्द आले.

"आपण लिहिलेलं संगीत दामिनी वाचायला आवडेल मला.''

हिरानं चमकून पाहिलं. म्हणजे? ती नाट्यलेखिका आहे हे त्याला ठाऊक होतं तर? लाजून ती म्हणाली,

"त्यासाठी माझ्या घरी यावं लागेल.''

"जरुर!''

त्यानंतरचं नाटक रंगत गेलं आणि त्यानंतर हिरा आणि नानासाहेबांचं प्रेमही! अवघ्या चार पाच भेटी, पण त्या भेटीतून हिराला एक अननुभूत अनुभव येत होता. त्यांचं खानदानी वागणं, उच्च संस्कार, हिराच्या व्यक्तिमत्त्वाचा सन्मान करणं, तिच्या भावना समजून घेणं, तिच्या गुणांची कदर करणं, एक की दोन.

हिराला ज्या सहवासाची ओढ होती तो हाच तर नव्हता?

दिवसरात्र हिरा विचार करत होती. त्या दोघांच्यामध्ये फार मोठं अंतर होतं. हिरानं ते समजून घेतलंही होतं.

तसंच तिला स्वत:चं मनही समजून आलं होतं. तिचा नूर बघून, तिच्या दरबारातले एक एक मानकरी कमी होत चालले. हिराने त्यांना परत बोलावलं नाही. ती एकच प्रश्न सोडवत होती.

"जे तिला वाटतं, तेच त्यालाही? की? तो पण? तिला एक बाजार समजत होता.''

या एकाच विचाराने ती कासाविस होती. कधीतरी... एखाद्या शब्दाने तरी, तो आपल्या भावना व्यक्त करेल, या आशेने वाट बघणारी हिरा, दिवसेंदिवस खंगत

चालली. डोळ्याखाली काळी वर्तुळं जमा झाली. तंबोरा गवसणीत बंदिस्त झाला. आणि मेजावरचे कागद कोरे... वाऱ्यानं फडफडत असायचे.

मावशी, अंजनी, सुरंगा परोपरीनं छेडत होत्या. पण हिरानं मौन पांघरलं होतं. आणि... एका सकाळी वर्तमानपत्रात एका ठळक मथळ्यांत काळी अक्षरे छापून आली.

"नटश्रेष्ठ नानासाहेबांचं अपघाती निधन!"

ते वाचून हिरा बेहोष होऊन पडली. आणि त्यानंतर अंथरुणाला खिळून राहिली. तिच्या मनाचा अचूक अंदाज, आता अंजनी आणि सुरंगाला आला होता. त्याही सुन्न झाल्या. हिरासाठी त्यांचा जीव तुटत होता. जे घडून गेलं, त्यावर काय बोलायचं?

कोणत्या शब्दात हिराचं सांत्वन करायचं?

हिराला जपणारं कुणीतरी हवं. हिराला ओढ होती ते खरं प्रेम, खरोखरच, तिला कधी भेटणार होतं की नाही? भेटावं. असं त्या दोघींना मनापासून वाटत होतं. हिराची काळजी करत करत, म्हातारी मावशी मरून गेली. दिवस, वर्षे पुढे जात होती. अंजनी, सुरंगा आपआपल्या संसारात गुंतल्या होत्या. संकटाचे ढग आता त्यांच्या जीवनावरही उतरले होते.

राजा रविवर्मांची लोकप्रियता वाढत चालली, तसे त्यांचा द्वेष करणारे धर्ममार्तंडही वाढत होते. त्यांनी राजाजींवर कलेच्या माध्यमातून अश्लिलतेचा प्रसार करण्याचा आरोप ठेवला, ज्या वर्गाला देवपूजेचा अधिकार नव्हता, त्यांच्या घरोघरी राजाजींनी राम-सीता, लक्ष्मी-सरस्वती पोचवल्या. धर्म बाटवणे, देव बाटवणे आणि कला बाटवणे या आरोपाखाली राजाजींवर खटला गुदरला. तशी हरीण काळजाची सुरंगा कोमेजून गेली.

इकडे अंजनीचे पती, वरूनजी यांना उद्योगात प्रचंड खोट आली. त्यांचे कर्ज फेडण्यासाठी अंजनीने बंगला, जडजवाहिर, रोकड सारं विकून टाकलं होतं. आजारी वरूनजीच्या काळजीने अंजनी खंगत चालली होती.

हिरा सारं ऐकत होती. बघत होती. विचार करत होती.

"शेवटी जगात नित्य काय? सुख दुःखाची पाठशिवण म्हणजेच जीवन? कशासाठी जगतो माणूस? त्याला शेवटी हवंय तरी काय? काय मिळाल्यानंतर, त्याचं जगणं परिपूर्ण होतं? हा सगळा जीवनभरचा प्रवास कशासाठी? नानासाहेबांचं प्रेम मिळवून, मी पूर्ण सुखी झाले असते? आयुष्याच्या अखेरीस, अंजना आणि सुरंगा तरी सुखी कुठं आहेत? केवळ प्रेम, केवळ वैभव, केवळ प्रतिष्ठा, नावलौकिक इतक्यांवर माणूस सुखी होतो? सुख म्हणजे?"

या प्रश्नांचं मोहोळ सोडवता सोडवता हिरा सावरत होती. ज्यांना कुणाचाही आधार नसतो, ती ही माणसे जगतातच की! लुळे, पांगळे, आंधळे, पोरके-

सारेजणच जगण्याचा आटापिटा करतात. कशासाठी?

या जीवनात काहीच अर्थ नसता, तर माणूस असा जीवनाच्या पाठामागे धावला नसता.

या जीवनाच्या गाभ्याशी काहीतरी सत्य नक्कीच लपलेलं आहे. मनावर साचलेली सारी मळभं काढून... आत आत दडलेलं सत्य शोधणं म्हणजे तर जीवन नव्हे?

अलिकडे हिरा खूपशी सावरत होती. मलूल पडलेलं आपलं घर, पुन्हा नीटनेटकं ठेवावं, असं तिला वाटू लागलं. ती घरातल्या घरात फिरु लागली. गुलाबीशी, तिच्या मोलकरणीशी हसू बोलू लागली. ते बघून गुलाबीला बरं वाटलं.

"बाय, सदा उठून कसला गं विचार करतेस? अगं, अजून तू तरुण आहेस. मैफल करशील तर आजही गिन्यांची बरसात होईल. पुस्तक लिवशील, तर हीऽ माणसं गोळा होतील. जरा आनंदात रहा गं बाई."

गुलाबीच्या बोलण्यावर हिरा फक्त हसायची. गिन्यांची बरसात. रोमँटिक दरबार, राजे, नबाब, धनिक हे तिला काहीच नको होतं. मग काय हवं?

"मी नेने."

दिवाणखान्यात बसलेला मध्यमवयीन गृहस्थ नमस्कार करत म्हणाला. पांढरेशुभ्र धोतर, पांढरशुभ्र फुल शर्ट, त्यावर काळं जाकीट, जाकिटाच्या खिशांतून बाहेर आलेली सोन्याची चेन, सोनेरी नाजूक काडीचा चष्मा, विद्वत्तेचं तेज दर्शविणारा चेहरा गौर वर्ण...

या गृहस्थाला आपण पूर्वी कुठं पाहिलंय?

"अंहं. ताण देऊ नका. आठवणीत रहावा असा मी कुणीच नाही. कधी ओळख होण्याची शक्यताही नव्हती. तर मी नेने! रेल्वेच्या नोकरीतून मागच्या महिन्यातच रिटायर्ड झालोय."

"बरं मग?"

"मॅडम, इथंच तर सारं अवघड आहे. मी नेने. फार पूर्वीपासून... म्हणजे लहानपणापासून ओळखतोय. तुम्ही आणि तुमच्या मैत्रिणी, शाळेत जात होता, तेव्हापासून. मी पण शाळेत जात होतो हं तेव्हा..."

हिराला हसू आलं.

"हसलात ना? बरं वाटलं. हसत जगावं माणसानं. असं छताकडे बघत, जगण्यात काय फायदा? काय दशा करून घेतलीत स्वत:ची? कसला विचार करताय?"

तो बोलतच होता. हिराच्या दु:खाचा सल अचूक निघत होता. फार पूर्वीपासून तो चाहता होता तिचा. पण तिची श्रीमंती, नावलौकिक, तिच्या घरी येणारे मोठ मोठे लोक... त्यांच्यापुढे तो रेल्वेतला एक इंजिनिअर! अगदी लहानपणी त्याच्या मनात हिराची छबी, जी उतरली, ती आजवर! तिला दुरून पहाणं, तिच्या गाण्याचे सूर,

रस्त्यावर उभे राहून कानात साठवणं, तिच्या कविता, लेख वाचणं यांत त्यानं आयुष्य घालवलं होतं.

''आणि हे तुम्ही आत्ता सांगताय?''

हिरानं आश्चर्यानं विचारलं.

''मग, कधी सांगणार? आज सांगतोय. कारण मी मुंबई सोडून गावी चाललोय. पालशेतला माझं घर आहे. शेती आहे. तू येशील तिथं? फुलपाखरासारखी जपेन मी! साधी भाजी भाकरी. नदीकिनाऱ्यावरचं घरं. मोकळी हवा. या जगापासून खूप दूर! आपलं... दोघांचं... वेगळं जग! विचार करून उत्तर दे हिरा. मी वाट बघेन तोवर!''

हिरानं जे ऐकलं, त्यावर विश्वास ठेवणं तिला जड जात होतं. पण ते खरं होतं. तो रोज येऊन ते सांगत होता. ''या जगात चांगली माणसं असतातच. फक्त ती भेटण्याची वेळ यावी लागते.'' अंजनी नेहमी सांगायची. ती वेळ आली होती.

''जा हिरा. विश्वासानं जा. तू ज्याचा शोध घेत होतीस ते तुला शोधत आलं शेवटी!''

अंजनी, सुरंगा, हिरा! जन्मापासूनच्या मैत्रिणी! एक तिठा! आता एक वाट वेगळी होणार! उरलेल्या दोघींना अश्रू आवरत नव्हते. पण समाधानही होतंच!

त्यांच्या अनमोल हिराला अचूक कोंदण गवसलं होतं. त्यांचा निरोप घेऊन, जड मनाने हिरा त्यांना पाठमोरी झाली.

अंजनी आणि सुरंगा, ती दिसेनाशी होईपर्यंत तिला बघत होत्या.

''अंजू खरंच का ग आपली हिरा सुखी होईल?'' न रहावून सुरंगाने विचारलं.

''का नाही होणार?''

''म्हणजे? तिचं सुख फक्त नेने या पुरुषापुरतंच आहे. असंच ना?

सुरंगानं पुन्हा विचारलं.

''असं नाही सुरंगा. पालशेत हे गुहागर जवळचं निसर्गरम्य गाव आहे. निसर्ग नकळत माणसाला खूप काही शिकवत असतो. तिथं एकांत आहे. एक परीनं अज्ञातवास. हा अज्ञातवासच माणसाला अंतर्मुख करतो. हिरा बुद्धिमान आहे. त्या अंतर्मुख अवस्थेत तिला बरंच समजून येईल. स्वतःला नेमकं काय हवं ते नक्कीच ती समजेल. शिवाय नेनेंसारखा, तिच्यावर निस्सीम प्रेम करणारा माणूस आहे. या वयांत काय हवं असतं माणसाला? एक स्नेह एक आश्वासन! खरं ना?''

अंजनी जणू स्वतःशीच बोलत होती. भारावून जाऊन सुरंगा ऐकत होती. नेहमीच्या तिठ्यावर आता त्या दोघीच उभ्या होत्या. मंदिरातला वालुकेश्वर म्हणत होता.

''तथास्तु!''

◆

हिस्सा

पहाटेच्या थंडगार झुळूकेनं आरती जागी झाली. शेजारच्या झाडावरचा बुलबुल डोकीचा तुरा हलवत व शेपटी वरखाली करत कलकलत होता. आरतीनं उशीवरुन मान वर केली. खिडकीजवळचा एक्झोरावर ऐटदार बसलेला बुलबुल तिला दिसला. जागरणानं आरतीचे डोळे चुरचुरत होते. काल रात्री जवळ जवळ पहाटेपर्यंत ती जागीच होती. चुरचुरणाऱ्या डोळ्यांवरून बोटं फिरवताच तिला थोडं बरं वाटलं. आता मात्र, ती चांगलीच जागी झाली आणि दचकून उठून बसली. तिच्या दोघी मुली झोपेत लोळत, कॉटच्या उलट दिशेला सरकल्या होत्या. त्यांच्या अंगावरचं पांघरुण तिनं सारखं केलं. पलिकडेच दीपक झोपला होता. काल रात्री, तो पण बराच वेळ जागला होता. आरतीनंच नंतर त्याला हट्टानं झोपायला पाठवलं आणि त्यानंतर ती सासूबाईच्या जवळ बसून राहिली. रात्रभर त्यांच्या जिवाची उलाघाल होत होती. गेले तीन चार महिने त्या अंथरुणावर खिळल्या होत्या. बघता बघता चार महिन्यातच, पार खंगून गेल्या होत्या. वैद्याचे किंवा डॉक्टराचं औषध लागू पडत नव्हतं. "ओल्ड एज्." इतकंच ते म्हणायचे. त्यांना जपता येईल तेवढं जपायचं हे ठरवूनच आरती मनापासून त्यांची शुश्रूषा करत होती. आरतीला लहानपणापासून आईचं प्रेम मिळालच नव्हतं. आरतीला जन्म देऊन आरतीची आई मरण पावली तेव्हा पोरक्या आरतीला मामानं आपल्या घरी नेलं होतं. पण मामाची माया जेवढी मोठी, तेवढाच मामीचा जाचही मोठा होता. आश्रीत म्हणून मामाच्या घरी वाढणारी पोरकी आरती, लग्न करुन, या घरी आली आणि सासूच्या रुपाने, तिला आईचं प्रेम मिळालं होतं. पोरक्या व भित्र्या मनाच्या आरतीला सासूनं, मनापासून आपली मुलगी मानलं होतं. माहेरी खंगणारी आरती, या घरची सून म्हणून सर्वार्थाने उमलली होती. तिचं रूप, रंग आणि सारं व्यक्तिमत्व उजळवण्याचं काम आरतीच्या सासूनं केलं होतं. तिची दोन्ही बाळंतपणं, आईच्या मायेनं केली होती. आरतीचा पायगुण म्हणूनच की काय, ती या घरांत येताच दीपकचा धंदा एकदम जोरात सुरू झाला व सासुबाई मनोमन

सुखावल्या. त्यानंतर सुनेवर अधिकच प्रेम त्या करत होत्या. याक्षणी आरतीचं जीवन सुखानं तुडुंब भरून गेलं होतं. फक्त सासुबाईंचं आजारपण व दिवसेंदिवस खंगत जाणारी प्रकृती ही एकच काळजी तिच्या जीवाला होती. अशावेळी शेजारच्या दामलेकाकू तिला धीर देत. त्या म्हणत, आरती ते आता थकलेलं पान आहे. कधीतरी गळून पडणारंच. माणूस कितीही आवडतं असलं तरी मरण ही गोष्ट अशी आहे की, आपण ते टाळू शकत नाही. तू मनाची तयारी ठेव. जितकी काळजी घेता येईल तेवढी त्यांची काळजी घे. खूप करतेस तू त्यांचं! आजच्या काळात इतकी चांगली सून मिळणं, हे राधाबाईंचं भाग्य म्हणायचं.'' दामलेकाकू असं म्हणाल्या की आरतीला गहिवरून येई. ती म्हणायची, ''काकू, खरं तर माझं भाग्य थोर म्हणून या घरी परमेश्वरानं मला पोचवलं. आईचं प्रेम खरं तर कधी अनुभवलं नव्हतंच. ते सारं या घरात भरभरून मिळालं. एक अनाथ पोरकी मी! एक नारळ आणि पिवळ्या साडीवर मामानं पाठवणी केली पण सासुबाईंनी चकार शब्दानं कधी ते जाणवू दिलं नाही. उलट अंगावरचे सारे दागिने मला देऊन नखशिखान्त सोन्यानं मढवून टाकलं मला. माझी बाळंतपणं केली. या घराचे सारे संस्कार, रीतीभाती मला शिकवल्या. इथं आले, तेव्हा काय होतं माझ्याजवळ?''

या सर्व आठवणींनी आरतीचे डोळे भरुन आले. पाठीवर पसरलेल्या केसांचा एक घट्ट पिळा बांधला आणि ती उठली. दिपक आणि मुले गाढ झोपेत होती. झाडावरचा बुलबुल आता उडून गेला होता. आरतीनं हलक्या हातांनी खिडकी बंद केली. आणि लगबगीने ती देवघरांत आली. मंदावलेल्या समईत पळीनं तेल घातलं. त्या प्रकाशांत उजळून दिसणाऱ्या कुलस्वामिनीला आरतीनं दोन्ही हात जोडून नमस्कार केला व मनोमन करुणा भाकली. हे सारं देवघर, चांदीच्या समया, पूजेची उपरकणं, सारी सासुबाईंची दौलत होती. लग्नानंतर लगेच त्यांनी सारं काही आरतीच्या हाती सोपवलं होतं. स्वत:बाजूला राहून, तिला शिकवत होत्या. पूजेची भांडी घासणं, पूजेची तयारी करणं सारं त्या करत, पण पूजा मात्र आरतीच्या हातूनच होत असे. आरतीवर त्यांनी पूर्ण विश्वास टाकला होता. या गोष्टीचा तिच्या तिघी नणंदांना खूप राग येत असे.

आधी तर गरीबाघरची एक आश्रित मुलगी आईनं सून म्हणून घरी आणावी, याचाच त्यांना राग होता. त्या तिघींची सासरघरं, याच गावात होती आणि गडगंज श्रीमंत होती.

तिघी लेकींची लग्नं, सणवार, देणंघेणं आईंनी रीतीप्रमाणे केलं होतं. मानपान राखले होते. तरीपण त्या तिघी नेहमी का तणतणत असतात, हे आरतीला समजतं नव्हतं. कधी चार घटका माहेरी आल्या, तरी जाता जाता आरतीला रडवूनच जात. नणंदांच्या वाग्बाणांनी आरतीला खूप दु:ख होई. अशावेळी आईच तिला जवळ

घेऊन समजावून सांगत.

"अगं, तू रडावंस म्हणून तर त्या बोलतात. तुला रडताना बघणं हाच त्यांचा आनंद असतो. तू लक्षच देऊ नको बघू? रडायचं तर नाहीच. मला पण राग येतो, पण मी तो दाखवून देते का? आपलं दुःख, आपला आनंद किंवा राग हा आपल्याजवळच ठेवावा, कारण त्यात मनापासून कुणीच सामील होत नसतं. आणि किती झालं तरी शेवटी त्या परक्याच ना? इथं येतात त्या पाहुण्या म्हणून! त्यांचं बोलणं मनाला लावून घ्यायचं नाही. दीपक आणि मी कधी बोलतो का तुला?"

आईंच्या समजूतदार बोलण्यानं आरतीला थोडा धीर येई. दीपक व आई सज्जन, परोपकारी वृत्तीची माणसं होती. पण त्याच घरामधल्या त्या तीन मुली मात्र टोकाच्या विसंगत वृत्तीच्या होत्या याचं आरतीला नवल वाटायचं. एकाच आईची ही चार मुलं पण स्वभाव, वृत्तीमध्ये इतका फरक कसा? तिनं एकदा आईना विचारलेही, त्या हसल्या आणि म्हणाल्या

"खरं सांगू आरती, मलापण या गोष्टीचं नवल वाटतं. या मुलांचे वडील, तुझे सासरे ते सुद्धा संतमाणूस होते. मग या मुलीच अशा का निघाल्या, याचा मीही विचार करते. मला वाटते प्रत्येक मूल हे एक वेगळं रसायनच असतं. त्याच्यामध्ये जे गुणधर्म येतात, ते वंशपरंपरेने येत असावेत. आजा,पणजा, खापरपणजा किंवा त्या पिढीमधल्या स्त्रिया... कुणाचं ना कुणाचं तरी एखादं बीज पुन्हा पुन्हा जन्म घेत असावं. या वंशातून त्या पुढच्या वंशजांच्या रक्तात स्वभावात ते वाहात असावं. शिवाय प्रत्येकाची जन्म कुंडली, नक्षत्र, स्थळ यांनाही महत्त्व आहे. त्यानंतर संस्कार आणि संगत यांचा प्रभावही असतो. या तीन मुली म्हणजे अगदी माझ्या आजेसासूबाईंचेच अवतार आहेत. त्यांना लहानपणीच वैधव्य आलं, सोवळं केलं गेलं आणि सारा जन्म काबाडकष्ट करण्यात गेला. उंच, बांधेसूद, उफाड्याच्या अंगाच्या त्या विधवेची रग जिरावी म्हणून एखाद्या गुरासारखं त्यांना कामाला बांधून घातलेलं असे. घरामधल्या इतर जावा, माहेरवाशीणी नणंदा, शेजारणी यांचं संसारसुख ही बिचारी चडफडत बघायची. कुणाचं चांगलं बघितलं की हिचा तळतळाट होत असे. पुढे पुढे ती एकटीच साऱ्या घराला शिव्याशाप देत राही. बडबडत काम करत राही. पुढे तिचा मुलगा मोठा झाला. सून घरात आली तर त्या सुनेला हिनं खूप छळलं, भाजलं, डागलं, कामाचे डोंगर उपसायला लावले, त्या सुनेचे असे हाल करताना हिला एक विकृत आनंद होत असणार. पुढे ती मरून गेली. पण तिच्या सुनेनं म्हणजे माझ्या सासूनं मात्र मला इतकाही त्रास दिला नाही. माझ्या मुलींच्या स्वभावात त्या आजेसासूचा स्वभाव पुरेपूर उतरलाय. लहानपणापासून अशाच कजाग, भांडखोर, आक्रस्ताळ्या. इतरांचा दुस्वास करणाऱ्या! दीपक एकच मुलगा... पण या तिघींनी त्याच्यावर माया तर केली नाहीच पण दुःस्वास मात्र केला."

"भावाचा दुःस्वास? पण का?"

"स्वभाव, दुसरं काय म्हणायचं? म्हणून सांगते या अशा स्वभावाला औषध नाही. तू लक्ष देऊ नकोस. आनंदात रहा, चार दिवस कधी मधी येतात, तेव्हा तू सांभाळून घ्यायला हवंस. कारण तू या घरची सून आहेस. कर्ती सवरती सून शिवाय माझी सून या घराला शोभेल अशीच वाग बरं."

देवघरातल्या देवासमोर हात जोडून उभ्या असणाऱ्या आरतीला सासूबाईंचे शब्द आठवले. ती त्यांना आई म्हणत असे. सासूच्या रुपानं आईच तिला भेटली होती. आरतीचे डोळे भरुन आले. ती गडबडीनं, आईच्या खोलीकडे वळली. त्यांना शांत झोप लागली होती. श्वास घेताना, त्यांना त्रास होत होता. अंथरुणावरचा त्यांचा अशक्त, पांढुरका चेहरा बघून आरतीला भडभडून आलं. त्या थकल्या जिवानं नवऱ्याच्या मागे, चार मुलांचं संगोपन केलं होतं. त्यांना मार्गी लावलं होतं. स्वतः कोणतंही सुख भोगलं नव्हतं. अलिकडे त्या तृप्त वाटत होत्या. मुलगा, सून दोन नाती यांच्यात रमल्या होत्या. आरतीला पुन्हा पुन्हा आशीर्वाद देत होत्या. घरात समाधानाने वावरत असतानाच आजारानं त्यांना घेरलं आणि चार महिन्यातच त्या अंथरूणावर दिसू नये इतक्या खंगून गेल्या.

आरतीनं फुलांची परडी घेतली, सारं अंगण पारिजातकाच्या शुभ्र फुलांनी भरून गेलं होतं. कण्हेर, जास्वंदी उमलली होती. फुलं वेचताना आरतीच्या मनात आलं, की एका झाडाची सारी फुलं कशी एकसारखी असतात. त्यांचा आकार, रंग,गंध, उमलणं, फुलणं, सारं कसं साचेबंद, जराही फरक नाही. प्राजक्ताच्या झाडाला प्राजक्ताचं फूलच येणार आणि कण्हेरीवर कण्हेरीचंच फूल फुलणार. यांना वंश परंपरा, स्वभावधर्म लागत नसेल? प्रत्येक झाड म्हणजे एक स्थितप्रज्ञ पुरुषाचं प्रतीक असावं. या वृक्षाला ना खेद ना खंत म्हणूनच त्याची ही फुलं. अशी निरागस आणि पवित्र असतात. उमलायचं ते इतरांसाठी, आनंद देण्यासाठी. गळून पडण्याचं दुःख नाही की उमलण्याचा आनंद. माणसानं असंच असावं. असं आई नेहमी सांगायच्या मी अशीच वागेन.

आरतीनं सारं अंगण स्वच्छ केलं. तुळशीवृंदावनासमोर रांगोळी काढून ती घरात आली. गॅसवर चहाचं आधण ठेवून, एका ट्रेमध्ये कपबशा मांडल्या. आणि चहा घेऊन ती सासूबाईंच्या खोलीत गेली व ट्रे टेबलावर ठेवला. तिनं खिडकीचे पडदे बाजूला करताच खोलीत उजेड पसरला. आरती आईच्या कॉटच्या कडेवर हलकेच बसली. मघापेक्षा त्यांचा चेहरा तिला वेगळाच दिसला. मान उशीवरुन बाजूला कलंडली होती. आरती दचकली. हे शांत झोपेचं लक्षण नव्हतं. आणि श्वासोश्वास बंद झाला आहे असा आरतीला संशय आल्यानं, तिनं त्यांना हाका मारुन पाहिलं. उशीवरून कलंडलेली मान नीट ठेवण्यासाठी तिनं मान उचलली, पण मान

कलंडली, तशी आरतीची खात्री झाली की सारा कारभार आटोपला आहे. तिनं घाबरून सर्वांना हाका मारायला सुरुवात केली. बघता बघता शेजारी, पाजारी सर्वजण धावून आले. आरती मोठ्यानं रडत होती. स्वतःच्या आईच्या मृत्यूची तिला आठवण नव्हती. पण सासूच्या रुपानं आईचं हरवलेलं छत्र, तिला परत लाभलं होतं. ते सुद्धा आज नाहीसं झाल्यानं आरती तर पार सैरभैर झाली होती. दामलेकाकू व इतर शेजारणी तिला धीर देत होत्या. मनाची तयारी कर असं सांगणं सोपं, पण प्रत्यक्ष ती वेळ येते तेव्हा, प्रत्येक माणूस असाच हादरुन जातो हे दामलेकाकू जाणून होत्या. राधाबाई आणि दामलेकाकूंची खूप जुनी मैत्री होती. दोघी शेजारणी व अनेक वर्षे एकत्र राहिलेल्या असल्याने दोघींना एकमेकींच्या सुख-दुःखाची, येणाऱ्या संकटांची पूर्ण जाणीव होती. राधाबाई गेल्या, याचं दुःख सर्वात जास्त खरं तर दामलेकाकूंना झालं होतं. पण आरती-दीपक यांच्या घरच्या असल्याप्रमाणे त्यांनी त्या दोघांना सावरलं. मुलींना आपल्या स्वतःच्या घरी पाठवलं. कॉलनीमधल्या साऱ्या पुरुषांना एकत्र करून सूचना दिल्या. सर्वांनी राधाबाईचा मृतदेह हॉलमध्ये आणून ठेवला. समई पेटवली. राधाबाईंच्या मुलींना निरोप धाडले.

हॉलमध्ये भिंतीला टेकून आरती बसली होती. तिच्या शेजारी दामलेकाकू व इतर बायका बसल्या होत्या. समोरच्या भिंतीला टेकून दीपक बसला होता. वडिलांच्या पाठीमागे या आईने त्याला काहीच कमी पडू दिलं नव्हतं. वडिलांचा सारा उद्योग तिने सांभाळून व्यवस्थित रीतीने दिपकच्या हाती सोपवला. आक्का, ताई, माई तिच्या तीन मुली. त्या तिघींचे स्वभाव खूपच विचित्र होते. दीपकला आठवत होतं तेव्हापासून त्या तिघींनी आईला खूप मनःस्ताप दिला होता. तरी आईनं त्यांना न दुखवता सारं काही त्यांच्या मनासारखं केलं होतं. घरामधलं सारं सोनं नाणं, मोडून त्यांच्या हौसेप्रमाणे नवीन पध्दतीचे दागिने घडवले होते. जावयांचे मानपान राखले होते. तरी त्या तिघीजणी सतत घालून पाडून बोलत, प्रत्येक भाऊबीजेला त्या माहेरी येत; पण जाताना सारं घर दुःखी करून जात. कधी आरती तर कधी दीपक कुणाला तर लाघट बोलून, रडवून जात. त्या घरांत आल्या की सारं घर एका तणावाखाली वावरत असे. आई! फक्त आई तो अंगार शांतपणे, हसतमुखाने सोसत राही. ती म्हणायची.

"अरे, माझ्या सासूबाईंनी मला कधी एका शब्दानं दुःख दिलं नाही ना? म्हणून आजेसासूच्या रुपानं या तिघी अशा दुःख देत आहेत."

पण दीपकला ते पटत नसे; आईनं या तिघींना खूप करावं असं त्याला वाटायचं. पण तो सर्वांत लहान होता. आरती गरीबाघरची पण गुणी मुलगी होती. आईची निवड योग्य होती. दीपक सुखी होता. आरतीचा सुद्धा तिघी बहिण द्वेष का करतात याचं कारण दीपकला समजत नव्हतं. इतक्या शांत व गुणी आरतीचा कुणी व्देष करावा हेच दीपकला आश्चर्याचे वाटायचे. पण आरतीसुद्धा आईप्रमाणेच माहेरी

आलेल्या नणंदांना न दुखवता शांतपणे त्यांचे वाग्बाण सोसत रहायची याचं दीपकला नवल वाटायचं.

दीपकच्या समोर आईचा मृतदेह होता. तिच्या बाजूला समई तेवत होती. त्या समई सारखीच शांत, स्निग्ध आई. तिचा या घरामधला वावर, सारं आता संपलं होतं. या विचारानं दीपकला हुंदका फुटला. त्याचे मित्र त्याच्या शेजारी बसले होते. त्यांनी दीपकला सावरलं. धीर दिला.

समोरच्या भिंतीलगत आरती शेजारी दामलेकाकू बसल्या होत्या. राधाबाई त्यांना नेहमी सांगायच्या.

"आक्का, जर मी गेले, तर माझ्याजागी तुम्हीच आहात दीपकला. हा दीपक असा हळवा आणि आरती अशी शांत, सोशिक. या मुलांपेक्षा आपणच सोशिक असं कधी कधी मला वाटतं. पण तुम्ही जपा या घराला."

दामलेकाकूंना राधाबाईचे बोलणे आठवले. त्यांना कोणती भीती वाटते हे दामलेकाकू जाणून होत्या. आक्का, ताई, माई या राधाबाईच्या तिघी मुली. दामलेकाकूंच्या डोळ्यासमोर लहानाच्या मोठ्या झाल्या होत्या. त्या तीन मुली म्हणजे घुमसता अंगार होत्या. त्या अंगारानं राधाबाई अनेकवेळा भाजून निघाल्या होत्या. त्या मुलींना संस्कार देण्याचे राधाबाई व दामलेकाकूंनी वेळोवळी प्रयत्न केले होते. पण त्यांचे स्वभाव बदलत नव्हते. राधाबाईंच्या मुली लग्नाच्या वयाच्या झाल्या तेव्हा राधाबाईंनी आपला दागिन्यांचा डबा, त्या तिघींसमोर ठेवला होता. त्यापैकी कुणाला काय हवं ते निवडायला सांगितलं होतं. जुन्या पध्दतीचे ते दागिने बघून तिघींनी नाके मुरडली होती. त्यांना सर्व नवीन पध्दतीचे दागिने हवे होते.

"हे ठेव तुझ्या सुनेला,"असं म्हणून, हट्टानं त्यांनी सोनं खरेदी करायला लावलं होतं. तिघींनी एकसारखे दागिने घडवून घेतले होते व सोन्यानं नखशिखान्त मढून, तिघी सासरी गेल्या होत्या. त्यानंतर दीपकचं लग्न झालं. राधाबाईनी कौतुकानं आपले सारे जुने दागिने सुनेला घातले होते. चंद्रहारापासून पायामधल्या चांदीच्या तोड्यापासून दागिने ल्यालेली आरती गौरीसारखी सुंदर दिसत होती. गृहप्रवेश करताना, उंबरठ्यावरचं तांदळाचं माप ओलांडून आरती आत आली मात्र आक्का, ताई, माई उद्गारल्या.

"हे काय ग आई? सारा दागिन्यांचा डबा सुनेला दिलास की? अगं तिनं हे असलं वैभव पूर्वी कधी बघितले नाही. डोकं फिरेल बरं. उद्या तुला विचारलंच नाही तर? स्वत:साठी थोडं तरी सोनं ठेवायचंस. हे हातामधले चार बिलवर, गळ्यामधली साखळी आणि कुडी एवढंच तुला?"

ते ऐकून आरती गोरीमोरी झाली होती. दीपक संतापला होता. सारं घर अवाक झालं होतं. राधाबाई शातंपणे म्हणाल्या होत्या,

“अगं हे सारं घरातच राहाणार आहे. घरची लक्ष्मी घरातच राहिली तर कुठं चुकलं?”

“पण आई हे तुझं स्त्री धन...”

“अगं, कसलं स्त्री धन? आणि तुझं माझं जे आहे ते आपलंच आहे ना? आरती का कुणी परकी आहे?”

ती वेळ निघून गेली. त्यानंतर गौरी-गणपतीला... किंवा मंगळागौरीत दागिने घालून आरती दिसली, की या तिघींचा चडफडाट व्हायचा. अलिकडे तर त्या माहेरी येतही नव्हत्या. आईच्या जिवाला जेवढा त्रास देता येईल तेवढा द्यायचा असं ठरवूनच त्या वागत होत्या. गावात रहाणाऱ्या मुलींनी महिनोंमहिने भेटू नये याचं राधाबाईना खूप दु:ख होई. अशा वेळी दामलेकाकू त्यांना धीर देत असत. आज राधाबाई गेल्या. दामलेकाकू सुन्न बसल्या होत्या. त्यांची जिवाभावाची मैत्रीण गेली होती.

साऱ्या घरात सुन्न शांतता पसरली होती. त्या शांततेचा भंग करत आक्का, ताई, माई मोठ्याने रडत दरवाजातून आत आल्या. आईच्या मृतदेहापाशी बसून त्या मोठयाने रडत होत्या. दीपक त्यांच्या जवळ गेला. तोही रडू लागला. शेवटी दामलेकाकू त्या तिघींना समजावत म्हणाल्या,

“अग, तुम्ही मोठ्या.”

“तुम्ही आता शोक आवरा. तुम्हीच असं दु:ख केल्यानंतर या आरती दीपकनं कुणाकडे बघायचं?”

दामलेकाकूंच वाक्य पूर्ण होण्यापूर्वीच आक्का उसळून म्हणाली,

“या दोघांना कसलं दु:ख? आईनं त्यांचं कल्याणच केलं.” सुस्कारा सोडून राधाबाई म्हणाल्या,“त्या माऊलीनं कुणाचं वाईट म्हणून केलं नाही.”

“वाईट? आमच्या जन्माचं नुकसानं केलं हो. घरचं वडिलोपार्जित सारं या दोघांना आणि आम्हांला? कसं बसं लग्न करून पाठवण केली.”

माईच्या या बोलण्यावर दामलेकाकू दचकल्या. त्या म्हणाल्या,“हळू बोल माई, लोक ऐकताहेत.” “ऐकू देत, समजू दे सर्वांना.”

“हे घर, कारखाना,आईचे दागदागिने सर्वांची किंमत करा आणि जे आम्हाला दिलं त्याचीही किंमत करा.”

“पण माई हे सर्व आत्ताच का बोलताय? क्रियाकर्म होऊ दे नंतर बोलू. शिवाय माई, राधाबाईनं तुम्हालाही भरपूर दिलयं. दीपकला घर आणि व्यवसाय म्हणून कारखाना यांत देण्यात तिनं योग्यच केलं.”

“बरोबर बोलताय काकू. घर आणि कारखाना दीपकला देणं योग्यच आहे. त्याबदल आम्ही काही बोलतोय का?”

“मग?”

"दागिने, आईच्या दागिन्यांवर आमचा हक्क नाही?"

"अगं पण... तुम्हीच ना आईच्या जुन्या पध्दतीच्या दागिन्यांना नाक मुरडून, नवीन सोनं घ्यायला लावलंत. आणि नव्या फॅशनचे दागिने घडवलेत?" दामलेकाकू आवाजातला संताप व्यक्त होऊ न देता म्हणाल्या.

"होय. पण आज आम्हा तिघींना आईच्या सर्व दागिन्यांमधला आमचा हिस्सा हवाय. शेवटी ती आमची आई आहे. आमचं दु:ख आम्हाला ठाऊक. सून किती झाली तर परकीच! आईची आठवण म्हणून आम्हाला आमच्या हिश्श्याचं सोनं मिळायलाच हवं. नाहीतर सासरचे दरवाजे बंद होतील हो." ताई गळा काढत म्हणाली.

ते नाटक बघून सारं घरदार थिजून गेलं. समईमधली वात फडफडत होती. समईत पळीनं तेल घालत आरती म्हणाली,

"वन्सं, सारं तुमच्या मनासारखं होईल. तुम्ही तिघी आतल्या खोलीत चलताय ना?"

दिनोबा सराफ वजन काटा घेऊन आला. तसा आंतल्या खोलीचा दरवाजा बंद झाला. हॉलमध्ये प्रेताजवळ समई जळत होती. बाहेर शेजारीपाजारी कुजबुजत उभे होते.

आतल्या खोलीत भिंतीलगत चटया अंथरल्या होत्या. एका भिंतीला टेकून तिघी जणी बसल्या होत्या. दुसऱ्या भिंतीजवळ दामलेकाकू, आरती बसल्या होत्या. मधोमध जमिनीवर मोठा, पांढरा टेबलक्लॉथ पसरला होता. दीपकने दागिन्यांचा डबा त्यावर पालथा केला. सर्वांचं डोळे चमकले. टेबलक्लॉथवर दागिन्यांची रास पसरली होती.

चपलाहारापासून ते कानामधल्या वेल भोकरापर्यंतचे सारे दागिने वेगवेगळे करत दिनोबानं म्हटलं. "फार घाई करता आहात. मृत्यूनंतर तीन दिवस आत्मा त्या वास्तूत असतो म्हणतात. थोडं थांबायचं होतं?"

"नाही." त्या तिघी एकसुरात म्हणाल्या.

"नंतरचं कुणी बघितलंय? या दीपकला शिकविणारे थोडे नाहीत."

आरती व दामलेकाकूंकडे बघत माई म्हणाली.

"शिवाय लेकींना हिस्सा मिळतोय. याचा आईच्या आत्म्याला आनंदच होईल."

"वाटणी नगावर की वजनावर?"

कोरड्या आवाजात दिनोबानं विचारलं.

"वजनावर."

"वाटण्या किती?"

"तीन फक्त तीन!" आरती म्हणाली.

दीपक चमकला.

"तीनच? आणि तू?"

"मी? मी आहेच ना? मला सारं काही यापूर्वीच मिळालंय. सासूबाईचं प्रेम. तुमचा विश्वास. या घरचे संस्कार. खरं आहे. सून आहे मी या घरची. या घराण्याची परंपरा मला जपायची आहे." आरती म्हणाली.

"हं! म्हणे परंपरा."

त्या तिघींच्या डोळ्यांतून अंगार उफाळत होता. डोळ्यांत उन्माद संचारला होता. आरतीनं मान खाली घातली. दिनोबा एक एक दागिने वजन काट्यात घालून नोंद करत होता. शेवटी दागिन्यांचे तीन समान भाग झाले. दीपकला ते सारं असह्य झालं होतं. तो म्हणाला.

झाली ना मनासारखी वाटणी? घ्या ते सोनं. बाहेर लोक तिष्ठत आहेत. किती वेळ आईला ताटकळत ठेवायचं?"

पण त्या तिघी उठल्या नाहीत.

"अजूनही पूर्ण वाटणी झालेली नाही. दिनोबा आईच्या हातात चार बिल्वर आणि गळ्यात कंठी आहे. शिवाय अंगठी, ती घेऊन या" आक्का म्हणाली.

दीपक उभ्या जागी थरथरत होता. "मी हात जोडतो आक्का आईची अशी विटंबना करु नका. आक्का त्या वस्तू मी उद्या तुम्हालाच देईन. पण घरांतून शेवटचं जाताना आईला अशी रिकामी करून पाठवू नका."

"उद्या? उद्याचं कुणी बघितलंय? उद्या तू बदलशील. कशावरून त्या वस्तूंसाठी आम्हाला कोर्टात जावं लागणार नाही? जे करायचं ते आत्ता." ताई म्हणाली.

"दिनोबा, मी पाया पडते तुमच्या. बिल्वर आणि कंठी, अंगठी आईच्या अंगावरुन उतरुन आणा." आरती म्हणाली.

सोनं काढण्यात ज्याचा जन्म गेला तो दिनोबासुद्धा हादरून गेला होता. जड पायानं तो बाहेर गेला. दामलेकाकू. दीपक काष्ठवत झाले होते. आरतीचा चेहरा लालबुंद झाला होता. एका आश्रिताची पोर असूनसुद्धा आरतीनं असं कधी पाहिलं नव्हतं. हातात बिल्वराचे तुकडे आणि कापलेली अंगठी, कंठी घेऊन भकास दिनोबा आत आला. ते तुकडे वजन करून तीन ठिकाणी ठेवले. आपल्या मोठाल्या रुमालात आपला हिस्सा बांधून त्याची गाठ कनवटीला खोवून, त्या तिघी छाती पिटत आईच्या प्रेताजवळ बसून रडू लागल्या.

"आई गं... तू गेलीस. आमचं माहेर संपलं गं!"

आतल्या खोलीत मूकपणे अश्रू गाळणाऱ्या आरती, दीपकला दामलेकाकूंनी आधार दिला होता.

दरवाजातल्या झाडावर न ओरडता, पंख मिटून बसलेला कावळा मात्र तिथून उडून गेला.

◆

जमीन आसमान

आपल्या काळ्या चंदेरी साडीचा पदर मोत्याच्या साडीपिनने नीट बसवून चंदा समाधानाने आरशामधल्या स्वतःच्या छबीकडे पाहात होती. ती काळी चंदेरी खरोखरच चंदाला खूप शोभून दिसत होती. तिच्या आईची, विजयाबाईंची ती ठेवणीतली साडी होती. आपली आवडती साडी तिने लेकीसाठी जपून ठेवली होती. आज चंदाच्या कॉलेजचे गॅदरिंग होते. गॅदरिंगनंतर बक्षीस समारंभ होणार होता. आईच्या आग्रहाने चंदा आज ती साडी नेसली होती. मोत्याचा कंठा तिच्या गळ्यात रुळत होता. रोजच्या लांबसडक दोन वेण्यांपेक्षा त्या केसांची भली मोठी पिळाची गाठ आणि त्यावरचा मानेवर उतरलेला जुईचा गजरा... चंदा आज खूपच वेगळी दिसत होती. त्याच खोलीमधल्या लाकडी कॉटवर बसून विजया आपल्या लेकीकडे कौतुकाने बघत होती. बघता बघता चंदा किती मोठी झाली होती! रोज सलवार कमीज घालून कॉलेजला जाणारी... अर्धवेळ नोकरी करणारी चंदा, आज साडीमध्ये केवढी मोठी दिसत होती. विजयाच्या मनात लेकीची माया दाटून आली... आणि काळजीही! आजवरचे दिवस निभावून गेले होते. चंदा पोटात असतानाच म्हाताऱ्या आईला घेऊन विजयाने सरकारवाडा सोडला होता. गाव सोडलं होतं. त्यावेळी विजया अगदी तरुण वयाची होती. जेमतेम दहावीपर्यंत शिक्षण झालं होतं. चंदाचा जन्म झाल्यानंतर तिने टीचर्स-ट्रेनिंग कोर्स पूर्ण करून शिक्षिकेची नोकरी मिळवली होती. छोट्या चंदाला आईच्या हाती सोपवून नोकरी, शिकवण्या करून कष्टाचे डोंगर उपसले होते. चंदा शिकत होती. नेहमी वरच्या श्रेणीत पास होत होती. बघता-बघता तिचे कॉलेजचे शिक्षण पूर्ण होत आले होते. नोकरी करून तिने शिक्षण पूर्ण केले होते. विजया आता सेवानिवृत्तही झाली होती. मधल्या काळात आईचं निधन झालं होतं. स्वतःच्या कष्टाने उभारलेल्या वास्तूत मायलेकी आनंदाने राहात होत्या. दोघींना एकमेकींशिवाय कुणीही नव्हतं. अंगापिंडाने भरलेल्या, तरुण वयाच्या आपल्या देखण्या लेकीकडे बघताना विजयाला अनामिक काळजीच वाटू लागली. ज्या

काळजीचा भार चंदाच्या जन्माआधीपासून विजया वाहात होती. चंदाचा जन्म होण्याआधीपासून विजयाने वैधव्यदशा स्वीकारली होती. नंतर आपल्या स्वच्छ व चोख वागण्याने विजयाने चांगला नावलौकिक मिळवला होता. वैधव्यदशेत कष्टाने आपल्या मुलीचे संगोपन करणारी एक चांगली स्त्री या स्वरुपात विजयाला नेहमीच आदराने वागवले होते. सारे काही व्यवस्थित निभावून गेले होते. आता चंदाचं लग्नाचं वय झालं होतं. खरी कसोटीची वेळ आता समोर उभी होती. त्या पर्वाला सामोरं जाण्यासाठी विजया सारा धीर गोळा करत होती. आरशात दिसणारे चंदाचे सुंदर रुप बघताना विजयाच्या मनात विचारकल्लोळ माजला होता. एखाद्या फुलपाखराच्या पंखावरचे सारे नवथर रंग लेऊन चंदा समोर उभी होती. आज ती एक सुशिक्षित आणि कमावती तरुणी बनली होती. तिचे प्रत्येक पाऊल पूर्ण विचाराने उचललेले असे. तिचा प्रत्येक निर्णय अचूकच असणार हे विजया जाणून होती. आज समोर उभी असलेली चंदा आणि पूर्वी याच वयात एकेकाळी असणारी ती स्वत: यात जमीन आसमानाचा फरक होता. एका पिढीचं अंतर होतं. याच वयामधली विजया किती भोळी होती! तिला बाहेरच्या जगाची कल्पनाच नव्हती. तिच्या सुंदर विश्वात ती पूर्ण रमलेली असे. निरागस, भाबडी अशी विजया तिच्या सभोवती घडणारं सारं खरं... असं मानणारी होती, तिच्यासमोर उच्चारला जाणारा प्रत्येक शब्द खरा असं मानणारी विजया... आणि या तिच्या भोळ्या स्वभावानेच तिच्या सुंदर जीवनाचे रुपांतर वादळी पर्वात झाले होते. त्या वादळी पर्वानेच तिच्या सुंदर जीवनाचे पार वाळवंट झाले होते. पण आत्मविश्वासाने तिने ते वाळवंट पार केले होते. आपल्या लेकीसह! या जगात पुन्हा खंबीरपणाने उभं राहायचं असेल... तर असा भाबडा स्वभाव उपयोगी नाही की असं भावूक मन. सुंदर सुंदर शब्दांचे रंगीत फुगे जे उच्चारले जातात,ते फक्त फुगेच असतात. त्यामधली हवा उतरली की फक्त उरतो तो एक तुकडा. विजयाचे जीवन असेच एका तुकड्यासारखे होते. मनातल्या साऱ्या दाहांत तिने आपल्या हळव्या मनाचा पूर्ण निचरा करून टाकला होता..वाळवंट पार करून ..आपल्या लेकीसह ती एका सुखरुप जागी पोचलीही होती आणि एखाद्या टप्पोऱ्या गुलाबासारखी तारुण्याने निथळणारी... चंदा... आज विजयासमोर उभी होती. कुणी भुंग्याने तिच्यावर झडप घालण्याआधीच तिला कुणा सुखरुप हाती सोपवायची तळमळ विजयाच्या मनाला लागली होती. आजवर तिच्या घराला एखाद्या पुरुषाचा खंबीर आधार नव्हता. विजयाची म्हातारी आई, विजया आणि चंदा... या तीन भिंतींवर घर उभं होतं. जावयाच्या रुपाने... जो आधार या घराला मिळेल ती घराची चौथी भिंत असणार होती. त्या भिंतीला तोरणाने सजलेला एक दरवाजा असणार होता. त्या लगतच्या मोठ्या खिडक्यांमधून पांखरं... चिवचिवत घरात येणार होती. कोवळ्या सूर्यकिरणांपाठोपाठ स्वच्छ हवेचा झोत येणार होता...

आणि तेव्हाच हे तीन भिंतींच घर सुखरुप होणार होतं. लेकीच्या लग्नासाठी विजया आतुरली होती, तशीच धास्तावली होती. लग्न करून सून घरात आणताना माणसं खानदान, घराणं, जात, धर्म, कुळ आधी बघतात आणि तसा शोध कुणी घेतलाच, तर? तर... त्यांना देण्यासाठी कोणतंही समर्पक उत्तर विजयाजवळ नव्हतं. मुलीचे वडील? त्यांचं कुळ? नाव?

या साऱ्या प्रश्नांची उत्तरे विजयाजवळ होती, पण ती जगाला कशी सांगणार? सांगितली, तरी कशी पटणार? ती उत्तरे सांगणे म्हणजे, स्वत:च्या फसवणुकीची कबुली देणे. शिवाय जे नाव आठवलं तरी अजूनही विजयाच्या मनात अंगार बरसत असे, ते नाव... चंदाचा जन्मदाता म्हणूनही उच्चारणं विजयाला शक्य होणार नव्हतं.

विजयाने ती सारी कथा चंदाला स्पष्ट सांगितली होती. चंदा ते सारं नेहमीच हसण्यावारी नेई. आईची समजूत घालून तिला निरुत्तर करत असे. ती म्हणायची,

"आई, एक नैसर्गिक गरज म्हणूनच केवळ माझ्या जन्मासाठी परमेश्वराने एक पुरुष तुझ्या जीवनात आणला. पूर्वी नियोगपध्दती नव्हती? त्या पुरुषांची नावे नंतर कुणी विचारात घेतली? सारे कौरव, पांडव हे पराक्रमाने स्वबळावर मोठे झाले. आता तू म्हणशील त्यांना नाव लावण्यासाठी धृतराष्ट्र होता. पंडू होता. तर ते म्हणणं बरोबर आहे. पण आता बघ दुसरी गोष्ट सांगते, विश्वामित्राने पितृत्व नाकारलं, तरी शकुंतला ही त्याचीच कन्या हे साऱ्यांनाच माहिती होतं. तरी राजा दुष्यंताने शकुंतलेशी विवाह केलाच ना? हं! आता तू पुन्हा म्हणणार... तिला एक धर्मपिता होता. शकुंतला ही कण्वकन्या होती, पण आई या आजच्या युगात पिता, धर्मपिता या गोष्टी गौण आहेत ग! अनाथ आश्रमामधल्या बेवारशी मुलींशी विवाह करणारे, विधवा विवाह करणारे पुरुष जसे आहेत, तसेच कुमारीमाता म्हणून मुलाला वाढविणाऱ्या समर्थ स्त्रियाही या समाजात निर्माण होत आहेत. जग पार बदलत चाललंय. आपल्या मुलाला समाजाच्या भीतीने गंगेच्या प्रवाहात सोडणारी कुंती किंवा समाजाच्या भयाने उभा जन्म वैधव्यदशा भोगणारी तुझ्यासारखी भित्री स्त्री आज उरलेली नाही. आजची स्त्री खरंच बेडर आहे आणि ती बेडर स्त्री समाजाने स्वीकारलीही आहे. खरचं, आई तू माझी काळजी करु नकोस गं! एक ना एक दिवस बघशील सारं काही तुझ्या मनासारखंच होणार आहे. तुझी तपश्चर्या वाया थोडीच जाणार?"

लेकीच्या या युक्तिवादाने, विजयाच्या भित्र्या मनाला तात्पुरता दिलासा मिळायचा... तरी चिंतेचा भुंगा, तिच्या मनात घर करून होता तो कायमचाच! आता देखील चंदाच्या देखण्या रुपाकडे टक लावून बघताना विजयाच्या मनात हे सारे विचार येऊन गेले. कॉटवर बसून आपल्याकडे बघणाऱ्या आईच्या मनातले विचार चंदाच्या

ध्यानी आले, तशी खुदकन हसत ती मागे वळून आईजवळ आली, तिच्या गळयात हात घालून लाडिकपणाने म्हणाली,"आई खरंच सांग, हा काळा रंग शोभतोय ना ग मला? आधीच मी काळी."

"तू काळी?"

तिची हनुवटी वर उचलून विजया डोळे भरून चंदाकडे पाहात होती. कानांतल्या, गळ्यामधल्या मोत्यांच्या आभूषणांची नितळ आभा चंदाच्या चेहऱ्यावर उतरली होती. जुईच्या फुलांची सात्विकता तिच्या डोळ्यात उमटली होती. काळ्या चंदेरी साडीचा नाजूक काठ तिच्या चेहऱ्याला खुलवत होता. विजयाचे डोळे भरून आले.

"आज तुला दृष्ट लागेल पोरी. एखाद्या राजपुत्राला शोभेल अशी तू एक राजकन्या वाटतेस आज!"

"हं. झालं का तुझं सुरु? ते राजे, रजवाडे आणि त्यांच्या नवलकथा आता गुलदस्त्यात गेल्या बरं. बघशील तू... पण तुझ्या इच्छेप्रमाणे एखादा राजपुत्रच येईल मागणी घालायला आणि तुझ्यापुढे गुडघे टेकवून म्हणेल, "बाईसाहेब आपल्या या राजकन्येचा हात माझ्या हाती घेण्यासाठी आपली परवानगी हवीय."

तिचे नाटकी अविर्भाव बघून लटक्या रागाने विजया म्हणाली, "चल वाभरी कुठली!" आईला हसताना बघून चंदाला बरं वाटलं. ती म्हणाली, "आई, आज मी गॅदरिंगमध्ये गाणं म्हणणार आहे. मूळ गाणं रवींद्रनाथांचं आहे. पण आमच्या सरांनी त्याला एका मराठी भावगीताचं रुप दिलयं. स्वत: चाल लावलीय आणि ते गाणं मी म्हणावं असा त्यांचा आग्रह. म्हणून ते गाणं मी आज म्हणणार आहे. खरं तर खूप भीती वाटतेय मनातून. तुला म्हणून दाखवते. तुला आवडलं, तरच म्हणेन!'

"म्हण पाहू!" विजया कौतुकाने ऐकत होती.

"वेड्यापिशा ढगाळ हवेच्या दिवशी,"

"माझं वेडंपिसं मन जागून उठतं. ओळखीच्या वाटा सोडून जिथं वाट नाही तिथं धावत सुटतं. जे हवंसं वाटू नये, तेच मला हवं रे, जे कधी मिळण्यासारखं नाही ते मिळणार नाही, मिळणार नाही असंभवाच्या पायी माथा आपटतेय, माझं वेडंपिसं मन जागून उठतंय."

सारं रंगभवन भान हरपून चंदाचं गाणं ऐकत होतं. जयदेवसुद्धा! रवींद्रनाथांच्या शब्दांना संगीतात बांधून जयदेवने ते नवीन गीत बसवलं होतं. पण त्या सर्वांपेक्षा आज चंदाच्या आवाजाने त्या गीताला, शब्दांना, स्वरांना, सोन्याचा साज चढला होता. जयदेव भारावून चंदाकडे पाहात होता. ज्या स्त्रिची मूर्ती त्याने मनोमन रेखाटली होती ती आज मूर्त रुपाने त्याच्यासमोर उभी होती. त्याचे सूर तिच्या कंठामधून झरत होते. जयदेव सुर्वे, मराठीचा प्राध्यापक, एक कविमनाचा तरुण! कॉलेजमध्ये चंदाशी परिचय होता होता त्याची परिणती प्रेमात झाली होती. दोघेही

परस्परांच्या प्रेमात गुरफटून चालले होते. या प्रेमाला एक चांगले स्वरुप देण्याचा निर्णय जयदेवने घेतला होता. लवकरच तो आपल्या वडिलांच्या कानावर या गोष्टी घालणार होता. त्याला आपल्या वडिलांच्या संमतीची पूर्ण खात्री होती. ''जे हवंसं असू नये, तेच मला हवं रे, जे मिळण्यासारखं नाही ते मिळणार नाही..मिळणार नाही.'' या ओळी गाताना चंदाचं मन कातर झालं होत. आजवरचा विश्वास डळमळायला लागला. आईचे शब्द आठवत होते. आईची चित्तरकथा उगीचच आठवत होती. उमद्या स्वभावाच्या जयदेवकडे चंदाचं मन आकृष्ट झालं होतं. त्याला आवर घालणं तिच्या हाती नव्हतंच, पण त्या प्रेमाला एक चांगलं स्वरुप यायला हवं होतं. उद्या जयदेवच्या वडिलांनी आपलं कुळशील विचारलं, तर? आपण काय उत्तर देणार? ज्याने जन्म दिला आणि पितृत्व नाकारलं. त्यांचे नाव... त्याचं नाव खरं तर आपण आईला कधी विचारलंच नाही. ते विचारण्याची कधी गरजही भासली नाही. ज्याने पाठ फिरवली त्याची वाट का शोधायची? त्याचं नाव विचारून आईला दु:ख व आपल्याला मन:स्ताप! हे जरी खरं असलं तरी... उद्या... जयदेवला काय सांगणार?आपण जे सांगू ते त्याला एक वेळ पटेल,पण... त्याचे वडील...? त्यांना काय वाटेल?

त्यांच्या खानदानी घराण्याला आपण कशा शोभणार? खरंच जे... हवंसं वाटू नये, तेच... मला हवंसं का बरं वाटतंय?

असंभवाच्या पायी मी माझा माथा तर आपटत नाही ना? कदाचित... आई म्हणते तेच तर खरं होणार नाही? फुलपाखराचा स्वभाव जसा चंचल, तसंच असेल का पुरुषाचं मन? असेलही!

''पण जयदेव तसा नाही.''

चंदाच्या नजेरसमोर जयदेवची अनेक रुपे उभी होती. त्याचा आर्जवी व मृदू स्वभाव, परखड विचार आणि अदबशीर वागणं, दुसऱ्याच्या व्यक्तिमत्त्वाचा आदर करण्याची त्याची वृत्ती... इतका उमदा माणूस फुलापाखरासारखा चंचल कसा असेल? तो मानाने आपल्याला त्याच्या घरी नेणार आहे आणि तसंच घडणार आहे. शंका कशाची?

खरोखरच चंदाचं वेडपिसं मन जागून उठलं होतं. टाळ्यांच्या कडकडाटाने ती भानावर आली. सारं रंगभवन उभं राहून तिला कौतुकानं गौरवत होतं.

पहिल्या खुर्चीवर बसलेली विजया भान हरपून लेकीचं कौतुक पाहात होती. नजेरवर विश्वास बसत नव्हता. आजवर दिवाभीताप्रमाणे ती जगली होती. घाबरून... स्वत:चा अपराध नसताना अपराधी समजत होती. त्याच विजयाच्या सभोवती आज रंगभवनामधला उजेडच उजेड पसरला होता आणि कौतुकाची थाप वाजत होती. विजयाचं मन लेकीच्या अभिमानाने भरून आलं. डोळ्यात गच्च आसू दाटून आले होते.

"आईसाहेब, मी प्रा. जयदेव. जयदेव सुर्वे!"

विजयाने अश्रू टिपत चमकून पाहिलं. एक हसतमुख तरुण हात जोडून नमस्कार करत होता. त्याचा चेहरा विजयाला खूप परिचित वाटला, पण कसं शक्य होतं. चंदाचे सर असणारे प्रा. जयदेव यांना विजया आज प्रथमच भेटत होती.

"रडवलं ना लेकीनं? तिनं मेहनतच घेतली होती तशी." चंदाकडे कौतुकाने बघत जयदेव म्हणाला. इतर प्राध्यापकही चंदाचं कौतुक करत होते. पण जयदेव व चंदाची जवळीक विजयाच्या ध्यानी येत चालली... तशी विजया मनातून धास्तावली होती. जयदेव खरोखरच चांगला तरुण होता, पण...

या 'पण' नेच विजयाच्या जीवनाचे सारे प्रश्न अडकवून ठेवले होते. चंदाचे गाणे ऐकून घरी परतल्यानंतर विजया अस्वस्थ होती. रात्रभर तिच्या जीवाची उलघाल होत होती. आठवणींचे मोहोळ तिला झोपू देत नव्हते. साऱ्या आठवणी स्पष्ट समोर उभ्या होत्या.

घाटमाथ्यावरचं तिचे ते सुंदर खेडं टुमदार, कौलारु घरं... आणि त्या घरांमध्ये उठून दिसणारा सरकारवाडा! मामाच्या घरी पोरकी वाढणारी विजया त्या सरकारवाड्यात कामाला जात होती. विजया मोठी होत चालली आणि वाड्याची सारी कामे आईसाहेबांनी विश्वासाने विजयावर सोपवली. तिच्याशिवाय त्यांचे पानही हालत नसे. शेती, मळे, गडीमाणसे, रयतेपासून ते पार गोठ्यापर्यंत विजयाचे लक्ष होते. त्या भल्याथोरल्या वाड्यात आईसाहेब एकट्याच राहात. त्यांचा एकुलता एक मुलगा विक्रम शहारात शिक्षण घेत होता. शिक्षण पूर्ण झालं की परदेशात उच्च शिक्षणासाठी जाणार होता. आईसाहेबांना विजयाचा खूप आधार वाटायचा. कारण विक्रमचं शिक्षण कधी संपणार व तो सर्व कारभार कधी बघू लागणार. याचा काहीच अंदाज आईसाहेबांना नव्हता. विक्रम सुट्टीवर आला की त्या त्याच्यामागे भुणभूण लावत. त्याने लग्न करून आपल्याला एक चांगली सून आणावी आणि नंतर हवं तिथं त्याने जावं, असं आईसाहेबांना वाटायचं. पण विक्रम हासून टाळत असे.

त्या वर्षी विक्रम सुट्टीवर येण्याचे दिवस आले आणि नेहमीप्रमाणे आईसाहेबांनी एकच गडबड उडवून दिली. विक्रमच्या स्वागताची तयारी करण्याची हजारो फर्माने दर मिनिटाला त्या सोडत होत्या. विजयाला उसंत घेऊ देत नव्हत्या. जवळजवळ वर्षानंतर विक्रम सुट्टीवर येत होता. एका वर्षात त्या गावात सारे ऋतू येऊन गेले होते. सारे सणवार गावाने साजरे करून झाले होते. लेकाची वाट बघण्यात आईसाहेबांचे सारे वर्ष सरले होते. यावर्षी सुट्टीवर येताना त्याचा मित्र प्रतापही येणार होता. विजयाने दोघांसाठी दोन खोल्या सजवल्या होत्या. वाड्याच्या पाठीमागच्या बाजूला नदीकाठ होता. मोकळ्या खिडक्यांतून, मळ्यामधून, नदीपार करणारा वारा वाडाभर घुमत असे. त्या बाजूच्या दोन प्रशस्त खोल्या... त्या खोल्यांसमोरचा

प्रशस्त टेरेस, त्यावरची सुबक बैठक... हे सारं विजयाने मनापासून सजवलं होतं. तिच्याकडे बघून आईसाहेबांना वाटायचं की या वाड्याला अशीच सून असायला हवी. पण बिचारी विजया! किती झालं तरी त्यांच्या आश्रिताची मुलगी होती, पण आज तिचाच आधार त्या वाड्याला होता. उद्या कधी तिचं लग्न झालं, तर स्वखर्चाने ते लग्न आईसाहेब लावून देणार होत्या.

विक्रम आणि त्याचा मित्र वाडयामधल्या चौकात उभे होते. कुळंबिणीने भाकर तुकडा उतरून टाकला. प्रतापची नजर पायरीलगतच्या खांबाला टेकून उभ्या असणाऱ्या विजयाकडे गेली. तिचे ते निरागस रुप तो भान हरपून बघत होता. विक्रमने त्याला कोपराने डिवचले. तसा तो भानावर आला. त्यानंतर विजयाचा वाड्यामधला वावर, तिचं मर्यादशील वागणं, नम्र स्वभाव, कलासक्त मन... सारं बघून प्रताप थक्क होत होता. कुणा खानदानी मुलीच्या ठिकाणी असावेत, असे सारे गुण त्या पोरक्या मुलीने आत्मसात केले होते. प्रतापचं मन प्रसन्न झालं होतं. विक्रम हा त्याचा मित्र खरा... पण दोघांचे स्वभाव पूर्ण भिन्न होते. विक्रम हा मुळातच रंगेल व चंचल वृत्तीचा तर प्रताप हा विचारी व जीवनामधली नीतितत्वे सांभाळणारा. यंदा हे दोघांचे शेवटचे वर्ष होते. विक्रमच्या आग्रहावरुन प्रताप त्याच्या गावी आला होता. नदीकाठावरचे ते टुमदार गाव,भरारता वारा आणि मुग्धपणे सभोवती वावरत असणारी ती नवोढा! प्रतापची कविवृत्ती फुलून आली होती. तो फिरत होता. वाचत होता, लिहित होता, पण मनातून अस्वस्थही होता.

विक्रम एखाद्या भुंग्याप्रमाणे विजयाभोवती रुंजी घालत होता. तसे ते लहानपणापासून वाड्यात एकमेकांना भेटत होतेच. पण यंदा जी ओढ त्या दोघांना लागली होती... ते मात्र नवीन आणि हवंसं वाटत होतं.

विक्रमचा स्वभाव प्रताप पूर्ण जाणून होता. त्याला विजयाची काळजी वाटत होती, पण तो त्या घरचा एक पाहुणा होता. शिवाय विजयाच्या स्वभावाची त्याला कल्पना नव्हती. विजया त्याला मनापासून आवडली होती. पण न बोलता, तो त्याचं वागणं नजरेआड करत होता. विजयाला मात्र विक्रमने पूर्ण भारावून टाकलं होतं. त्याला एकटं भेटण्याची संधी ती शोधत राहायची. त्याच्या मित्राची तिला अडचण वाटायची आणि एके दिवशी मळ्यातल्या घरात मिळालेल्या एकांतात जे घडू नये ते घडून गेल होतं. सुट्टी संपवून विक्रम निघून गेला आणि काही दिवसांनी जे एकांतात घडून गेलं होतं ते उघडं झालं होतं. त्या घटनेचा साथीदार म्हणून विजया शपथेवर विक्रमचं नाव घेऊ लागली. तसा आईसाहेबांचा संताप अनावर झाला होता. त्यांनी विजयाला वाडयाबाहेर काढलं होतं. आणि त्यानंतर मामानेही! त्यानंतर विक्रमने तिची कधी चौकशीही केली नव्हती. आपल्या म्हाताऱ्या आईला घेऊन विजयाने गाव सोडलं होतं. चंदाचा जन्म झाला होता आणि आज ती लग्नाच्या

वयाची चंदा जयदेवच्या प्रेमात गुंतली होती. यानंतर?

यानंतर काय होणार?...

या विचाराने विजया अस्वस्थ होती. स्वत:च्या फसवणुकीची विदारक आठवण तिला डंख मारत होती. उद्या सकाळी चंदाला ती समजावून देणार होती. सकाळी चंदा नेहमीप्रामणे कॉलेजला जायला निघाली. कॉलेजनंतर दुपारी ती अर्धवेळ नोकरी करून संध्याकाळी घरी परत येणार होती. सकाळी घाईत बोलणं योग्यही नव्हतं.

"आई, संध्याकाळी सर येणार आहेत" हं. जाताना चंदा म्हणाली.

"घरी?"

"हो घरी आणि आज आल्यानंतर तुला आवडलं नाही ना, तर ते पुन्हा कधी येणार नाहीत."

आईचा चिंतातूर चेहरा बघून चंदाला गंमत वाटली. तिला आईचा भित्रा स्वभाव परिचित होता. जयदेवला पाहून ती अस्वस्थ झालीय हे ती जाणून होती. पण आज संध्याकाळीच जयदेव आईला भेटणार होता. तो भेटून गेला की आईची चिंता दूर होणार होती, याचा तिला पूर्ण विश्वास होता. आई आणि चंदामध्ये एका पिढीचं अंतर होतं. मधल्या काळात... सारं वातावरण पार बदलून गेलं होतं. वातारण आपोआप बदलत नसतं. समाज, त्याची सनातन चौकट, सारं काही तसंच असतं. त्याच्या भक्कम तटबंदी तशाच असतात. ते सारं बदलावायची तयारी व आत्मविश्वास आपल्यामध्येच असायला हवा. आपलं प्रत्येक पाऊल व निर्णय हा पूर्ण विचाराने घेता येणं यातच जीवनाचं खरं यश असावं. असं चंदाला ठामपणे वाटत होतं. पण जयदेवसारखा सच्चा माणूस भेटणं हा मात्र आपल्या नशिबाचा भाग आहे, हे ती मनोमन कबूल करत होती.

विजया जयदेवच्या येण्याची वाट पाहात होती. नकळत घरही तिने नीटनेटके लावले होते. जेवणाचं टेबल व्यवस्थित सजवलं होतं. ते सर्व करताना तिची नजर मात्र पुन:पुन्हा दरवाजाकडे वळत होती आणि एक निळी फियाट तिच्या बंगलीसमोर उभी राहिली. जयदेव आणि प्रौढ वयाचा माणूस पायऱ्या चढून आत येत होते.

माथ्यावरचा पदर सावरत विजया दरवाजाकडे गेली. दारात उभ्या असणाऱ्या प्रौढ गृहस्थाला बघून तिचे पाय थरथरायला लागले. तो प्रताप होता. किती वर्षे निघून गेली, पण प्रताप होता तसाच.

"आईसाहेब, हे माझे पपा. प्रताप सुर्वे."

आपल्या पायाखालची जमीन हादरतेय असा विजयाला भास झाला. तिचे पाय थरथरायला लागले. तो प्रताप होता. कशी बशी ती म्हणाली,"आत या ना!"

प्रताप! पूर्वी तो विक्रमचा मित्र म्हणून आला होता. तिच्या घातवेळेचा साक्षीदार प्रताप! त्यानंतर तिला तो पुन्हा कधी भेटला नव्हता आणि... आज... ज्या तरुणाला

चंदाने मनोमन निवडले होते... त्या जयदेवचा बाप म्हणून तिच्यासमोर जो उभा होता तोही प्रतापच असावा.

विजयाबाईच्या नजरेसमोरुन तो मळा, तो एकांत, विक्रमचा नादानपणा, त्यानंतर सोसावी लागणारी अवहेलना... सारं एका क्षणात येऊन गेलं. तिचं अंग ताठरून गेलं. समोरच्या कोचावर जयदेव आणि प्रताप बसले होते. केसांवर रुपेरी छटा आली होती तेवढीच... बाकी प्रताप होता तसाच दिसत होता. जयदेव त्याची प्रतिकृती!

"कशी आहेस विजया?"

प्रतापने विचारलं. डोळ्यातले आसू आणि मनामधला अंगार आतल्या आत सावरत खाली मान घालून विजया बसली होती. एवढ्यात चंदा आली. जयदेवने तिची व प्रतापची ओळख करुन दिली. चंदा म्हणजे पूर्वीच्या विजयाची प्रतिकृती! डोळ्यांत आश्चर्य साठलेला प्रताप भान हरपून चंदाला पाहात होता. एका क्षणात सारा पट नजरेसमोरुन गेल्याचा भास झाला. जे व्यक्त करण्याची संधीच प्रतापला कधी मिळाली नव्हती. ती संधी नियतीने जयदेवला दिली होती. प्रताप आणि विजया आता प्रौढ अवस्थेत पोचले, तरी विजयाला कशाचीही कल्पना नव्हती, अजाणतेपणी तिने खोट्याला प्रेममाला अर्पण केली होती.

ते सारं स्वच्छ दिसत असूनही सत्याला मौन राहणं भाग पडलं होतं. जीवनाने फार मोठं वळण घेऊन... पुन्हा एकवार... त्या चौघांना समोरासमोर उभं केलं होतं. या घटनेला काय म्हणावं. याचा संभ्रम प्रतापला पडला होता. घसा खाकरुन प्रताप म्हणाला,

"ओ.के. ओ.के. बच्चे लोक, आता जरा आम्हाला बोलू द्याल?"

ती दोघे आत जाताच विजया उसळून म्हणाली "का आलात इथं? आता कुठं निवांत श्वास घेतेय... तोवर पुन्हा तुमची भेट झाली. एकटे आला असतात, तर या बसा म्हणायचं सौजन्यही मी दाखवलं नसतं, चंदाचे सर होते म्हणूनच."

"तो माझा मुलगा आहे. माहिती आहे ना?"

"म्हणूनच सांगतेय की परत जा. अजून काहीच बिघडलेलं नाही, मी समजावेन माझ्या मुलीला जी चूक मी केली, तीच चंदानेही केलीय. त्याबद्दल हवं तर मी माफी मागते."

"चूक?कोणती चूक?"

"खानदान आणि घराणं, कुळशील जपणाऱ्या माणसांवर प्रेम करण्याची चूक! स्वतःची मर्यादा समजून न घेता, अमर्यादा करण्याची चूक."

"विजया, पुन्हा चुकते आहेस तू. चंदाचं प्रेम जयदेववर आहे. त्याच्या खानदानावर नाही आणि तू? तूही खानदानावर प्रेम केलं नव्हतंस... विक्रमवर.."

“नाव काढू नका त्याचं,” विजया कडाडली,“ते नाव मी कधीच पुसलंय. हे पांढरं कपाळ घेऊन जगलेय. परमेश्वरावरचा आणि स्वत:वरचा विश्वास कधी ढळू दिला नाही. ते प्रेम नव्हतंच आणि ते न समजण्याची एक चूक... जिच्यामुळे सारं जीवन वाया गेलं.”

बोलता बोलता विजया रडू लागली.

“माफ कर विजया, माफ कर, पण कुणा एकाचा राग माझ्यावर काढू नकोस, मी सारं पाहून हळहळत राहिलो. बोलू शकलो नाही! पण तुझ्या वाटणीला कोणतं दुःख येणार आहे याची मला पूर्ण कल्पना होती.”

“मग?सांगितलं का नाहीस?”

“ऐकलं असतंस? पटलं असतं तुला? खरं तर मला तुला खूप काही सांगायचं होतं. पण सांगू शकलो नाही. खूप बेचैन झालो होतो. इथं तिथं भटकून वेळ घालवत होतो ते आजवर. विक्रमने मला तुझी सारी हकिगत सांगितली आणि तो परदेशी निघून गेला. तुला शोधत मी गावी गेलो, पण तोवर तू गाव सोडलं होतस. तुझ्या तडफदारपणाचं मनोमन कौतुक केलं. तुझी काळजी करत राहिलो. याच शहरात आपण होतो, पण भेट झाली ती आज... या अवघड वेळी..”

“म्हणजे?”

“विजया तू खरंच भोळी आहेस पूर्वीसारखीच! कसं सांगू विजया? त्यावेळेपासून ते आजवर मी प्रेम केलं ते फक्त तुझ्यावर आणि हे मी आज तुला सांगतोय जेव्हा माझ्या जयदेवसाठी मी चंदाचा हात मागायला आलोय. होय विजया, चंदाला मी माझी सून करुन घेणार आहे. जगात सारेच पुरुष चंचल नसतात. जगाचा तो एक भागच त्यावेळी तू पाहिलास. मी गावी गेलो, तेव्हा तू भेटली असतीस, तर मी त्याही परिस्थितीत तुझा स्वीकार केला असता. तुला असं वनवासी होऊ दिलं नसतं, पण ते घडायचं नव्हतं.”

“पण ..तुमचं लग्न..?” “होय, जगरहाटीप्रमाणे लग्नही केलं, पण प्रेम केलं नाही. कसं करणार? ते तर आधीपासून मी तुझ्यावर करत होतो. आजही करतोय. जयदेवची आई अकाली गेली. त्यानंतर मी जयदेवला जपलं आणि माझं प्रेमही! ज्या ज्या वेळी कुठं काही सुंदर पाहात होतो, एकाकी पडत होतो... तेव्हा तुझी आठवण हमखास येत होती. त्या प्रेमात फार मोठी शक्ती आहे. स्त्रीचं प्रेम अधिक विशाल बनतं. तुला ती शक्ती तुझ्यामधल्या मातृत्वाने दिली. चंदासाठी म्हणून तू सारं सोसत गेलीस. मीही जयदेवसाठीच संसार जपला, पण तुला मात्र विसरु शकलो नाही. खूप सोसावं लागलं अकारण तुला. पण आता ते सारं विसर. या दोन मुलांचं सुख बघून आपण सुखी होऊ. आता आयुष्य उरलंय तरी किती? फार थोडं! प्रौढ वयाचे झालोय आपण. चांगले मित्र म्हणून जगू शकतो ना? एकमेकांचें सुख दुःख वाटून

घेऊ शकतो. सोबत बनू शकतो. याचवेळी एक आधार हवा असतो. माझा मानसिक आधार तर तूच आहेस. पण यानंतर स्वत:ला एकटी समजू नकोस. खरं प्रेम या जगात आहेच. खरं तर प्रेमच आहे फक्त! आपण आपल्या अनुभवाने माणूस त्याचे रंग प्रेमाला लावून बघतो. सात आंधळे आणि एका हत्तीच्या गोष्टीप्रमाणे!''

''या मुलांना आपल्याखेरीज कुणीच नाही. आई आणि बापाविना पोरकी ही मुलं पण किती गुणी आहेत याचं कारण कोणतं ते समजलंय तुला? आपल्या शुध्द प्रेमाने, हे संस्कार नकळत त्यांना दिले, स्त्री पुरुष या संज्ञा काही वयानंतर संपून जातात. आणि त्या पलिकडे उरतो तो फक्त माणूस! प्रेम करणारा माणूस. तो माणूस म्हणून आपण जगू शकतो. आनंदाने!''

प्रतापचे शब्द कानांवर पडत होते. मंत्रमुग्ध विजया नवलाने ऐकत होती. तिन्हीसांज झाली होती.

चंदाने घरामधले सारे दिवे लावले. काळोखात बुडत चाललेल्या घरात लख्ख प्रकाश पसरला. घराची चौथी भिंत आज भक्कमपणे उभी झाली होती. दरवाजामधून येणाऱ्या सुखद गारव्याने विजयाच्या साऱ्या जखमा भरुन निघाल्या होत्या. पूर्वीचे जीवन आणि आता समोर उभे असणारे जीवन यात जमीन आसमानचा फरक होता. त्या क्षितीजावर आता फक्त प्रेमरंग पसरला होता.

विजयाचे मन भारावून गेले होते.

◆

बाभळीची फुलं

बेंगलोर स्टेशनवर गाडी थांबली आणि रुंद फलाटावर एकच गडबड उडाली. गाडीमधून उतरणारे उतारू सामान घेण्यासाठी डब्यात चढणारे हमाल, फेरीवाले, साऱ्यांची झुंबड उडाली. रत्नाला कोणतीही घाई नव्हती. घाईने उतरावं, स्टेशनबाहेर जावं, कुणाला भेटावं, अशी उत्सुकताही नव्हती. तिनं साऱ्या उतारूंना उतरू दिलं. तोवर डब्यामधल्या बाकावर ती शांत बसून राहिली. सारी वर्दळ ओसरली; उतरणारे निघून गेल्यानंतर डबा मोकळा झाला; फलाट रिकामा झाला, तेव्हा ती उठली. हँडबॅग खांद्यावर अडकवून छोटी सूटकेस हातात घेतली आणि फलाटावर उतरली. बडोदा ते मुंबई, मुंबई ते बेंगलोर इतका प्रदीर्घ प्रवास करून ती थकून गेली होती. कुठंतरी लॉजवर खोली घेऊन केव्हा एकदा थोडा आराम करेन, असं तिला वाटत होतं.

"मेमसाब, सामान?"

तिनं पाहिलं, दहा- बारा वर्षाचा मुलगा तिला विचारत होता. काळा, तुकतुकीत मद्रासी रंग, अंगावर जुने कपडे व डोळ्यात अजीजी. क्षणभर... क्षणभरच रत्नाचं मन हळहळलं. पण... लगेच कठोर, स्वरात ती म्हणाली, "नको"

"मेमसाब, मै जादा पैसे नही लूंगा। बस चाय-पानी, खाने के वास्ते थोडा पैसा मिलेगा, इसलिए पूछ रहा हुँ। भीक नही, काम चाहिए। रिक्षातक छोडूंगा। प्लीज मेमसाब, मुझे उठाने दिजिए ये बॅग।"

" ठिक है। अगर नजदीक कोई लॉज है, तो वहाँ तक पहुँचा दे।" ती म्हणाली.

"जी मेमसाब।"

तिची बॅग उचलून तो चालू लागला. रत्ना त्याच्या पाठीमागे. तिला दिसत होतं, की ती छोटी सूटकेसही त्याच्या शक्तिच्या मानाने जास्ती जड होती. सूटकेस डोक्यावर घेऊन अनवाणी पायाने, हेलपाटत तो चालत होता. अंगामधल्या ढगळ शर्टाला मोठमोठया धाग्यांनी शिवून घातलेले धागे, रत्नाला स्पष्ट दिसत होते. कोण

असेल हा? आई-बापाविना पोरका? की आई-बापांचा पत्ताच नसणार अनाथ? की कुणी मोठ्या भिकाऱ्यानं पाळलेला हा छोटा मजूर? याला भवितव्य असं नाहीच. सारा जन्म जाणार ओझी उचलत... कोण जाणे... नशीब...? कदाचित असं बदलेल नशीब याचं की लाखोपतीही बनेल!

त्याच्या पाठीमागून चालणारी रत्ना विचार करत होती. नशीब या शब्दापाशी तिचे विचार थबकले. नशीब, नियती या दोन शब्दांनीच तर तिचं अवघं जीवन हतबल करून टाकलेलं होतं. त्या शब्दांचा अर्थ न समजताही जीवनाने तिला असे चमत्कारिक धक्के दिले होते की, आज रत्ना पार हवालदिल झाली होती. जगण्याची सारी उभारीच संपून गेली होती. जन्मापासून ते आज पन्नाशीच्या उंबरठ्यावर पोचेपर्यंत रत्नाला नियतीनं असे चकवे दाखवले होते की, मन फार शुष्क होऊन गेलं होतं. जरा कुठं मूळ धरतं न धरतं, तोवर सारं उजाड, वैराण होऊन जात होतं. असं का? हा प्रश्न कुणाला विचारायचा? तसं विचारावं नि जीवाच्या आकांताने रडावं, कुणीतरी मायेनं कुरवाळावं, अश्रू हलक्या हातानं पुसावे असं खूप खूप वाटायचं, पण असं कुणीच नव्हतं. असं कुणी जवळ येतं न येतं तोवर सारं संपून जायचं. सारा खेळच उलटा... पालटा व्हायचा, तिचा कोणताही दोष नसताना, सारं काही होत्याचं नव्हतं व्हायचं. नियती! हे एकच उत्तर तिचं तिनं शोधून काढलं होतं. या शब्दाचा अर्थ समजला नव्हता. म्हणूनच त्या शब्दाची धास्ती तिच्या मनात होती. मात्र... तीच नियती जर प्रसन्न असेल, तर माणसाला छप्पर फाडून भरभरून कसं देते, हे पण ती बघत होती. तिच्या घरचे सारेजण मजेत जगत होते. तिचा पाठचा भाऊ त्यानेसुद्धा नियतीवर मात केली होती. मात केली होती की त्याची भाग्यरेषा चांगली होती, हे तिला आजवर समजलं नव्हतं. नशिबच. ती आणि तिचा भाऊ तसे दोघे अनाथच... पण भावाचं नशीब खूप वेगळं आणि रत्नाला मात्र नियतीनं फरफटत बेंगलोरला पोचवलं होतं.

तिच्यापासून काही अंतरावरून चालणारा तो मुलगा सूटकेसच्या वजनाने धापा टाकत होता. घामानं त्याचा सदरा ओला झाला होता. डोकीवरचे घामाचे थेंब शर्टावर टपटपत होते. खरं तर खांद्यावरची हलकी बॅग त्याला देऊन, ती मोठी सूटकेस रत्नानं घ्यायला हवी होती. रत्नाला स्वत:ची लाज वाटली. क्षणभर त्या मुलाला हाक मारण्याचा मोह झाला, पण तिनं क्षणात मन कठोर केलं. आपण कुणाच्याही मोहात पडायचं नाही. या नंतर कठोर मनानं जगायचं असं ठरवूनच ती इथं आली होती. अन् कुणावर प्रेम करावं असं तिचं होतं तरी कोण आता? काटेरी बाभळीप्रमाणे शुष्क आणि काट्यांनी तिचं सारं जीवन भरून गेलं होतं. पूर्वी, कधी तिनं एका राजकन्येची गोष्ट वाचली होती. ती जिथं हात लावायची ते सोन्याचं व्हायचं. ती बोलायला लागली की, शब्दागणिक मुखांतून कमळाची फुलं पडायची,

आणि जिथं पाऊल ठेवेल, तिथं चंदनाची स्वस्तिकं उमटायची. त्या राजकन्येचा रत्नाला खूप हेवा वाटायचा. कारण, नेमकं तिच्याविरुद्ध रत्नाची जीवनचक्र फिरत होती. हात लावावं ते उजाड होत होतं. आणि जीव लावावा, ते नष्ट होत होतं. त्या सर्व विदारक अनुभवांनी रत्ना थकून गेली होती. मन कडवट होऊन गेलेल्या सुन्न, बधीर अवस्थेत ती बेंगलोरला पोहचली होती. तिच्या पुढे काही अंतरावरून चालणाऱ्या त्या मुलाबद्दूल क्षणभरच मनात निर्माण झालेली कणव तिनं कडू घोटासारखी गिळून टाकली आणि रुक्षपणे त्याच्यामागे चालत राहिली.

"मेमसाब, ये लॉज चलेगा?" त्यानं विचारलं.

"हॉटेल वृंदावन"

तिनं पाटी वाचली. चालण्याचा प्रश्नच नव्हता. तिला एक दिवस, एक रात्र तिथं काढायची होती. काऊंटरवरून खोलीची चावी घेऊन, ती रूमकडे जाऊ लागली. सूटकेस आत ठेवून तो उभा होता. पोटात भुकेचा डोंब उसळला असावा. कोण जाणे? किती दिवसांचा उपाशी असेल?

त्याला फक्त चहा-पाण्यापुरती मजुरी हवी होती. तेवढ्यासाठी त्यानं ते जड सामान उचलून आणलं होतं. खोलीच्या दारात घाम पुसत तो उभा होता. तिला अजयची आठवण झाली. छातीत हुंदका दाटून आला. अजय! तिचा मुलगा... आज असता तर एवढाच असता, पण तो भुकेनं असा कळवळला नसता. रत्ना त्याची खूप काळजी घ्यायची. त्याच्या रुपानं नवीन आनंद तिला भेटला होता. तो आनंद ती जिवापाड जपायची. एके दिवशी अजय गेला. काळानं झडप घालायची शेवटची संधीही सोडली नव्हती. अजयच्या पूर्वी दोनच वर्षाचे आधी रत्नाचा नवरा गेला होता. त्यानंतर अजय! जिथं हात लावावं ते राख होऊन जातं की काय, ही भीती तिची तिलाच वाटायला लागली होती. म्हणूनच त्या मुलाकडे बघताना येणारी अजयची आठवण, तिनं निग्रहानं परतवली. तिनं त्याला विचारलं,"कितना पैसा?"

"जो चाहे वो दे दे, अम्मा!"

"अम्मा!"

पैसे काढण्यासाठी पर्समध्ये गेलेला तिचा हात थरथरला ती म्हणाली.

"बहोत भूक लगी है?"

काही न बोलता, त्यानं मान खाली घातली. डोळ्यांमधून अश्रू टपटपत गालावरुन ओघळू लागले. रत्नानं वेटरला बोलावलं आणि भरपूर नास्ता मागवला त्याच्यासाठी, आणि स्वत:साठी.

खायला सुरुवात करण्याआधी त्यानं बाथरुमध्ये जाऊन हात, पाय तोंड स्वच्छ धुवून घेतलं. जमिनीवर बसून तो खात होता. रत्ना त्याला डोळे भरून पाहात होती. पण त्याचं लक्ष नव्हतं. मन लावून तो खात होता. प्लेट रिकामी झाल्यावर,

कॉफीचा पेला संपवूनच त्यानं रत्नाकडे बघितलं. थोडासा खजिल होऊन तो म्हणाला,

"दोन दिन से भूका था नं?"

रत्नाचा जीव कळवळला, दोन दिवसांचा उपवास?

ती वेदना तिनं कधीच अनुभवली नव्हती.

किती वेगवेगळ्या तऱ्हेनं दु:ख प्रत्येकाला भेटत असेल? आठ दहा वर्षांचा हा कोवळा पोर, अनाथ, उपाशी, कष्ट उपसणारा, प्रामाणिक! याला हे इतकं दु:ख का? तिनं त्याला दहा रुपये दिले. तो हात पुढं करेना, तेव्हा तिनं जबरदस्तीने त्याच्या हातात ठेवले. ते ठेवताना ती त्याच्याजवळ उभी होती. क्षणभर वाटलं, त्याला पोटाशी धरावं आणि पोटभर रडावं. पण तिनं सावरलं. यानंतर ती कधीही असं काही करणारं नव्हती. कुणाजवळ जाणार नव्हती. कुणाला जवळ येऊ देणार नव्हती. बाभळ! काटेरी बाभळीजवळ जाऊन कुणाचं भलं झालंय? नकोच ते नवे प्रयोग नको. नवीन दु:खं नकोत.

"मेमसाब, कितने दिन रुकोगी?"

"उद्या, उद्या सकाळी, मी पाँडेचरीला जातेय."

"आज रात आप यहाँ अकेली होगी नं? मेरा काम निपटके मै बाहर बाल्कनी मे सो जाऊंगा। आपको किसी चीजकी शायद जरुरत पडेगी एसलिए। मुझे देर होगी। लेकिन, मै आऊंगा जरुर । चिंता की कोई बात नही। ये लॉजवाले सब लोग अच्छे है। आप आराम से सो जाईये।"

इतकं बोलून तो निघून गेला.

रत्नाच्या मनात आलं, कोण होता तो? जाता जाता थोडासा ओलावा देऊन गेला. तो केवढा आणि माझ्या सोबतीसाठी येणार म्हणे. नको बाबा, जीव लावूस. मला सोबत नकोय. आई-बाबा, विजय अन् पाठोपाठ छोटा अजय, साऱ्या सोबती हरवल्या. माझा पायगुणच आहे तसला, असं काकू म्हणायची. सासूबाई म्हणायच्या. ते खरंच असेल. बाभळ आहे मी! जो जवळ येतो त्याला काट्यांनी माखणारी बाभळ! इतर झाडांना काटे नाहीत. फक्त बाभळीलाच का? या प्रश्नाला उत्तर जसं नाही, तसंच इतर सारे आनंदात पण माझंच असं का? या प्रश्नाला उत्तर नाही.

आत्ता या मुलाला प्रेमाने खाऊ घातलं. पण तेही चुकलंच! कुठं मन जडू नये म्हणून तर चाललेय पाँडेचरीला आश्रमात. वाटेत हा भेटला. अनेक भेटतील, पण मन कोरडं ठेवायचं. दगड, दगड होऊ दे माझ्या मनाचा, आता तो रात्री आला की, स्पष्ट सांगायचं की, इथं झोपू नकोस म्हणून.

असा विचार करुन रत्नाने दरवाजा बंद केला मात्र... बाहेरच्या रस्त्यावर मोठ्ठा आवाज झाला. कानठळ्या बसतील अशा किंकाळ्या ऐकू आल्या. रत्नानं भीतीनं

दरवाजा उघडला आणि ती बाहेरच्या अरुंद बाल्कनीत धावली. दोन बसेस एकमेकांवर आदळल्या होत्या. बसमधले लोक मोठ्यानं किंचाळत होते. रस्त्यावरची वाहतूक थबकली होती. घरा-घरांच्या खिडक्या आणि बाल्कनीतून माणसं डोकावत हाती. दोन बसच्यामध्ये, कुणीतरी चेंगरलं होतं. रक्ताचा पाट वहात होता. डोळे ताणून रत्ना बघू लागली. मोठ्या शिकस्तीने माणसांनी चेंगरलेला देह बाहेर काढला.

"अरेरे! मर गया बेचारा!"

माणसं बोलत होती. पण रत्ना मात्र डोळ्यासमोर अंधारी येऊन खाली कोसळली.

जेव्हा शुद्धीवर आली, तेव्हा तिला आधी समजेना की ती कुठे आहे. तिच्या डोकीवर पंखा गरगरत होता. कॉटवर तिला आडवं झोपवलं होतं. अनोळखी चेहरे तिला बघत होते. रत्नाला आठवलं. तिच्या डोळ्यासमोर बसमध्ये चिरडून गेलेला त्या मुलाचा चेहरा आठवला. नुकताच तर तो या खोलीत येऊन गेला होता. त्यानं खाल्लेली नास्त्याची प्लेट अजून तिथंच होती. या खोलीतून तो खाली उतरला न उतरला तोच दोन बसच्या टकरीत अचूक सापडला. ते दृश्य आठवलं तशी रत्ना ओक्साबोक्शी रडू लागली. दोन्ही हातांच्या मुठी कपाळावर थडाथडा मारत, धाय मोकलून रडणाऱ्या रत्नाकडे ती सारी अनोळखी माणसे दयेने पाहत होती.

"बाई, आपण सारे या गावात परके आहोत. या लॉजवर उतरलेले प्रवासी. प्रवासात हे असे अनुभव येणारच. घाबरु नका. धीरानं घ्या. वाईट झालं त्या पोराचं. नशीब!"कुणीतरी म्हणालं

"नशीब... त्याचं नव्हे माझं. माझ्या फुटक्या नशिबानं गिळलं त्याला" रत्ना रडत म्हणाली.

"तुमचं? तो मुलगा तुमचा कुणी होता?"

"माझा? तो माझा कुणी नव्हता. म्हणून वाटलं की, माझं नशीब त्याला बाधणार नाही. मी प्रेमानं त्याला जवळ केलं ना, त्याचा हा परिणाम! तुम्ही पण बाहेर जा. कुणी जवळ येऊ नका."

रत्नाचं रडणं थांबेना, ते पाहून एक एक करत सारे बाहेर गेले.

"पाँडेचरी एक"

कंडक्टरकडे न बघता, रत्नाने नोट पुढे केली. त्यानं जे परत दिलं ते पर्समध्ये कोंबलं आणि सीटवर मान टेकवली.

आजूबाजूला सारे तामिळी अनोळखी चेहरे... पण रत्नाला काहीच वाटलं नाही. खिडकीतून वारा भरारत आत येत होता. गेले चार दिवस त्या लॉजवर रत्ना पडून होती. हॉटेल मालक तिला मायेनं समजावत होता. तो परोपरीनं सांगत होता की, "या जगात इतकं हळवं असून चालत नाही. जो तो आपल्या कर्मानं येतो, कर्मानं जातो."

रत्नाचं दु:ख त्याला समजणं शक्य नव्हतं. चार दिवसात ती अर्धी खचून गेली होती. नि:संग व्हायला निघालेली रत्ना, क्षणभर त्या परक्या मुलाजवळ प्रेमानं गेली, तोवर तो संपला. त्याचा छिन्न देह, रस्त्यावरचा रक्ताचा पाट तिच्या नजरेसमोरुन हालत नव्हता. थकलेल्या मनाने ती बेंगलोर-पाँडेचरी प्रवास करत होती.

मातीजींच्या समाधीसमोर डोळे मिटून, मन ध्यानात एकाग्र करण्याची सवय ती मनाला लावत होती. फुलांनी सजलेली समाधी, त्यासमोरचा जिना, आश्रमाची पवित्र वास्तू, तो स्थितप्रज्ञ वृक्ष, नीरव शांतता... रत्नाला ते सारं हवंसं होतं. कुणीच कुणाबरोबर न बोलता सारे व्यवहार करणारं ते जग रत्नाला आवडलं. आश्रम गेटमधून बाहेर आलं की, किनाऱ्यावर धडका देणारा समुद्र दिसे. निळया आभाळात विलीन झालेला निळा समुद्र... त्या क्षितिज कडेवर नजर लावून रत्ना तासन्... तास बसून राही. हळूहळू तिच्या मनावरची दु:खाची गडद छाया, हलकी होत चाललीय हे तिला जाणवू लागलं. मनात एक वेगळी नवीन भावना निर्माण होऊ लागली. इतक्या तापत्या वणव्यात भाजून निघाल्यानंतरची ही शांतता तिच्या मनावरचा ताण हलका करत होती. साऱ्या आश्रमभर ती भिरी-भिरी फिरत राही. तिथल्या माणसांच्या चेहऱ्यावर एक वेगळी शांती दिसत होती. त्या सर्व माणसांनी त्यांच्या जीवनात कधी ना कधी दु:खांचा सामना केला असणारच होता. पण या परिसरात राहूनच त्यांनी ही शांती मिळवली होती. तशी आपणही मिळवू. माताजींच्या समाधीजवळ बसताना किंवा त्या अथांग समुद्रकिनाऱ्यावरुन, तासन्-तासन बसून रत्नाचं दु:ख आतल्या आत जिरत होतं. गेल्या दोन महिन्यात, त्या अनुभवायला आलेल्या नव्या वातावरणातून रत्ना हळूहळू बदलत होती. भिरीभिरी फिरणारी नजर हळूहळू स्थिरावत होती. चालतानासुद्धा न अडखळता पाऊलं जमिनीवर स्थिर होत होती. मनातील निराशा कमी होत होती.

"किती दिवस तू अशी नुसती बसून राहणार आहेस? या समुद्राकडे किती वर्षे जरी पाहात राहिलो तरी पुरेसं होणार नाही खरं ना?" त्या दिवशी रत्ना समुद्रकिनाऱ्यालगतच बाकावर बसून, समोरच्या निळ्या तांडवाकडे पाहात होती. भान हरपून गेलं असताना, अचानक शुध्द मराठीमधले शब्द तिच्या कानांवर पडले. चमकून तिनं पाहिलं! एक हसतमुख तरुणी तिला विचारत होती. रत्नाचा हात हाती घेऊन ती म्हणाली. "ही कोण उपटसुंभ? असं मनात येतंय ना? आणि कुठून ब्याद उपटली असंही मनात येत आहे, खरं ना? माझं नांव सखी."

"सखी"

"हो. नावही विक्षिप्तच ना? माझ्यासारखं? मीही आश्रमातच राहातेय."

"आश्रमात?"

"हो. मी रोज बघतेय तुला, पण तुझं लक्ष मात्र या समुद्रावर लागलेलं. या

समुद्राकडे बघून, खूप काही शिकलो आपण. त्याचं अथांगपण, किनाऱ्यापर्यंतच येण्याची त्यानं आखून घेतलेली मर्यादा. खूप काही मिळतं या किनाऱ्यावर, पण खरं सांगू? त्यापेक्षाही अधिक शिकवतो आपल्याला तो या किनाऱ्या अलिकडचा माणूस. बघ ना! प्रत्येक माणूस वेगळा,त्याचं वेगळेपण हे एक वेगळं दर्शन, जीवनाचं! जीवनापासून पळून मुक्ती मिळते का? तसं असतं, तर सारेच अरण्यात गेले नसते? साऱ्या सुख-दुःखांवर मात करून, जेव्हा आपण धीटपणे उभं राहतो ना? तेव्हाच मन खऱ्या अर्थाने मुक्त होतं. दुःखापासून पळालो तर दुःख पाठलाग करत असतंच. ते सोडणार थोडंच?'' आवेगानं ती बोलत होती.

त्यानंतर रत्ना म्हणाली,''तुला कल्पना नाही, पण मला माणसात परत यायचं नाहीय.''

सखी हसली. ती म्हणाली,''पण माणसाशिवाय हे जग नाहीच. कुठं जाणार तू? हा आश्रम झाला, तरी इथं माणसं आहेतच. मी नाही आले तुझ्यामागे? चल. बोलू आपण. आजपासून मी तुझी सखी.''

तिचा हात हाती घेऊन सखी चालत होती. मध्येच थांबून, ती म्हणाली,

''इथल्या शाळेत काम करशील? एक जागा आहे शिक्षिकेची. मी शिफारस करेन तुझी. माताजींचा आग्रहच होता. की इथं येणाऱ्या प्रत्येक साधकानं काम केलं पाहिजे. जे येतं ते काम! बघ ना. कुणी रसोईत, कुणी शॉपमध्ये, कुणी कागद कारखान्यात, कुणी कपडयांची शिलाई, कुणी शेतात, कुणी बागेत... ज्याला जमेल ते काम करून आधी शरीराने व नंतर मनाने साधना करण्याचा प्रयत्न करा असं माताजींचं आग्रहाचं सांगणं होतं. तू शाळेत काम कर. आपण एकत्र राहू.''

''एकत्र? नको.''

''पण का?''

''सखी, तुला माझं नाव माहिती नाही. रत्ना आहे माझं नाव, पण खरंच विचारशील तर फक्त नावाचीच रत्ना! वास्तवात एक काटेरी बाभळ... सर्वांग काट्यानं माखलेली बाभळ.''

रत्नाचा चेहरा बोलताना लालबुंद झाला होता. आवाज फाटला होता. सखीनं चमकून बघितलं. शांतपणे तिनं विचारलं.

''हे कुणी ठरवलं?''

''मी! मी ठरवलं. अनुभवांवरून, म्हणून तुलाही सांगते, तू जास्ती जवळीक करु नकोस माझ्याशी. कारण, जर काही अघटित घडलं, तर मी त्याला कधीच माफ करणार नाही. मी शाळेत काम करेन. तू व मी अंतरावर राहूनच भेटू. माझ्यात गुंतू नकोस, सखी!''

रत्नाचा हात ममतेनं थोपटत सखी म्हणाली,

"असं? पण यानंतर आपण दोघी ह्याबद्दल ठरवू. बघूया आजच सगळं बोलून संपणार थोडंच?"

त्यानंतर मात्र रत्नाच्या जीवनाला वेग आला. दिवस पुरेनासा झाला. दिवसभर शाळा नंतर सखी सोबत भटकंती. आश्रमाची वेगवेगळी ठिकाणं सखी दाखवत होती. आजूबाजूच्या खेड्यांमध्ये राहणारी, गरिबीनं वाकून गेलेली माणसं रत्ना बघत होती. गेले सहा महिने रत्ना, सखीबरोबर राहात होती. सखी तिला म्हणाली,

"रत्ना, तुझी स्थिती अर्जुनासारखी झालीय. कुरुयुद्धात मरणाऱ्या, साऱ्या कौरवांच्या मरणाचे पातक अर्जुन स्वत:च्या माथ्यावर घेत होता. पण कृष्णानं त्याला जे सांगितलं तेच तुला सांगते की कुणी कुणाला मारत नसतो. आपण नाही, तरी त्याचा मृत्यू त्याला मारणारच असतो. आपण फक्त निमित्त. तुझे आई-वडील, तुझा पती, तुझा मुलगा यांच्या जन्ममरणाच्या वेळा ठरलेल्या होत्या. त्यावेळी तू फक्त त्यांच्या जवळपास होतीस, पण तसे इतर नातेवाईकही होतेच. मग फक्त तू त्यांच्या मृत्यूस कारणीभूत कशी?"

"पण तो मजूर मुलगा?"

"त्याचीही ती वेळच होती. उलट त्या भुकेल्या जीवाला तू अन्न दिलंस, पैसे देऊन त्याचं मन आनंदी केलंस. हे एक पुण्यकर्मच केलंस. असा विचार केलास तर? नेहमी नकारात्मक भूमिका का घेतेस? अलिप्तपणानं विचार करून पाहा ना? सारा ताण कमी होईल."

रत्ना विचारात हरवून गेली. सखीचं म्हणणं तिला पटत होतं आणि नव्हतही. ती म्हणाली,

"तरीपण सखी, तू जास्ती जवळीक करून मला नवीन आघात नकोय. वर्गात गोंडस मुलं समोर असतात. मिस-मिस् करत अवती-भवती फिरतात. फुलं देतात, चॉकलेट देतात, पण त्यांनी इतकं प्रेम करु नये, असं मला वाटतं."

"का? तुझ्यावर प्रेम केल्यानं या मुलांचं काही नुकसान होणार आहे की काय? अगं, जो तो आपलं नशीब घेऊन आला आहे. झाडाची एक फांदी उंच असते, तर एक जमिनीला टेकलेली, तर कुणाला किडीने पोखरलेलं, असं का? तर पशु-पक्ष्यांनाही त्या जन्मीचं प्राक्तन अटळ आहे. निसर्गही ऋतूचक्राप्रमाणं ती-ती अवस्था भोगत असतोच ना? रत्ना, जो आनंद समोर आहे, तो अशा विचारांनी हरवू नकोस. चल आपण समुद्रावर जाऊ."

असेच दिवस पुढे सरकत होते. रत्ना त्या वातावरणात रमली होती. सुट्टीत त्या दोघी प्रवास करत होत्या. नवीन जग पाहात होत्या. शाळेतल्या मुलांच्या त्या खूप आवडत्या मॅडम होत्या.

रत्ना हळूहळू आपलं सारं दु:ख विसरली. गेले वर्षभर ती आणि सखी एकत्र

होत्या. सारं गाडं सुरळीत सुरू होतं.

त्या महिन्यात शनिवार-रविवारला जोडून चार दिवस सुट्टी आली. अशी सुट्टी आली की, सखीच्या उत्साहाला उधाण येई.

"रत्ना, आपण तिरुवन्नमलाईला जाऊया? तिथं रमणमहर्षींचा आश्रम आहे. अरुणाचलम् पर्वत आहे. आपण त्या पर्वताची परिक्रमा करू. जाऊ या?"

"सखी, हे तुला कसं गं सुचतं?"

सखी मोठ्यानं हसली. ती म्हणाली,"अरे यार, जगायचं आहे तर मस्तीत जगावं माणसानं, शिवाय आपण एका आश्रमात जातोय. पर्वत पाहायला जातोय. साधक म्हणून जातोय. ही पण एक साधनाच आहे ना? सर्व ठिकाणी महान आत्म्यांनी वस्ती केली होती."

सखी उत्साहानं प्रवासाच्या तयारीला लागली रत्ना विचार करत होती.

कोण ही सखी?

गेल्या वर्षापासून आपण हिला ओळखतोय. नक्कीच हिच्या जीवनातही काही पोकळी असेलच. लग्न? लग्न का करत नसेल सखी?

अनेकदा छेडूनही सखीनं तिच्या पूर्वायुष्याबद्दल कधी सांगितलं नव्हतं. सदा आनंदी, हसतमुख, उत्साही राहण्याची वृत्ती, तिनं कुठून मिळवली होती हे कोडं रत्नाला उलगडत नव्हतं. एक गोष्ट मात्र रत्ना मान्य करीत होती की, सखीनं रत्नाचा स्वभाव पार बदलून टाकला होता. सूर्यफुलाप्रमाणं रत्ना जीवनाभिमुख बनत होती.

भल्या पहाटे, त्या दोघी बसस्टँडवर आल्या. एक टॅक्सी, रोज पाच पॅसेंजर घेऊन पाँडेचरीहून तिरुवन्नमलाईला जात असे. बसस्टँडजवळ टॅक्सी उभी होती. रत्ना, सखीसह पाच प्रवासी मिळाले. तशी टॅक्सी तिरुवन्नमलाईच्या दिशेनं धावू लागली. रस्ता रुंद व वाहतूक कमी होती. पहाटेची थंड वेळ, रत्नाचं मन उत्सुकतेनं भरलं होतं. सखीमुळेच हा सुंदर योग जुळून आला होता. किती उपकार आहेत ह्या सखीचे.

असा विचार रत्नाच्या मनात आला तोवर लक्षात आलं की, ड्रायव्हरनं गाडीचा वेग खूप वाढवला होता. ती म्हणाली "भैया, जरा आस्ते!"

"डरो मत, अम्मा। हमे भी अपने जानकी पर्वा है।"

हे त्याचं बोलणं संपतं- न संपतं तोवर समोरून एक ट्रक वेगाने येत होता. त्याला रस्ता देण्यासाठी ड्रायव्हरनं गाडीचं चाक वेगानं वळवलं. घाबरून त्याचा ताबा सुटला आणि गाडी रस्त्याच्या कडेवरून, खाली उलटली. रत्नाची शुध्द हरपली. गाडी कोलांटून, उलटी-पालटी होत होत खालच्या उतारावर एका झाडाला आपटून थांबली.

कितीतरी वेळानं रत्नाला शुध्द आली. डोक्यात प्रचंड ठणकत होतं. हात-पाय

हालवणं शक्य नव्हतं. पण क्षणात तिला काय घडलयं याची जाणीव झाली. मोठ्या कष्टानं मान वर करून तिनं पाहिलं. समोरचं भयानक दृश्य बघून तिला मळमळून आलं. पुढच्या सीटवरच्या तिघांचा चेंदामेंदा झाला होता. पाठीमागे ती, सखी आणि एक तामिळी बाई होती.

"सखी, सखी."

रत्ना हाका मारायचा प्रयत्न करत होती. पण आवाज फुटत नव्हता. मोठ्या कष्टानं, नेट लावून हात-पाय हलवून पाहिले. कोपरांचा आधार घेत घेत ती मोटारीच्या सांगाड्यातून बाहेर आली.

आपण निदान जिवंत आहोत,पण सखी?

"सखी गं? "

जिवाच्या आकांतानं रत्ना रडत होती. कोपरांच्या आधारानं सरपटत, तिने पाण्याची बाटली शोधली, थोडं पाणी पोटात गेलं. डोळ्यांना पाणी लागलं. तसा तिला धीर आला. हळूहळू ती उठून बसली.

सखी.

ती आजूबाजूला पाहू लागली. पण त्या दोघी आसपास कुठेच नव्हत्या. ज्या झाडाला गाडी आपटून थांबली होती. त्याच्या खाली अजूनही डोंगर उतार होता. सखीच्या आठवणीनं रत्नाचा थरकाप झाला होता.

एवढ्यात अपघात बघून, वरच्या रस्त्यावरून माणसे खाली उतरताना तिनं पाहिली. सारी शक्ती एकवटून तिनं त्यांना हात केला. कुणी जिवंत व्यक्ती हात करतेय, हे बघून, माणसे भराभरा उतरु लागली. रत्ना जोर करुन ओरडली, "सखी, सखीला शोधा हो कुणी."

"सखी? आपकी कोई और रिश्तेदार थी साथ में?"

"सखी मेरा सबकुछ है। भाईसाब जल्दी करो। प्लीज ढूंढो उसे।"

आलेली तरुण मुलं भराभर इथे-तिथे पांगली, झाडं-झुडपं शोधू लागली. त्या माळरानावर, टॅक्सीचा सांगाडा, प्रेतांची सोबत घेऊन, पाय पोटाशी घेऊन रत्ना बसली होती. त्या धक्क्याने ती सुन्न बधीर झाली होती. तिला रडूही फुटत नव्हते. एक परकी बाई, तिला धीर देत होती. रत्नाची नजर भिरभिरत सखीला शोधत होती.

तिच्या नजरेला कोपऱ्यामध्ये उभे असलेले बाभळीचं झाड पडलं. ते झाड दृष्टीस पडलं आणि रत्नाचा रडण्याचा बांध कोसळला. रत्ना ते झाड विसरून गेली होती, पण ते झाड तिचा पाठलाग करत इथवर पोचलं होतं. समोर उभं राहून रत्नाकडे पाहून विकट हासत होतं.

"सखी, तुझ्या सांगण्यावर विसंबून मी बेसावध राहिले गं! मला वाटलं मी शापमुक्त झाले. पछाडलेल्या झाडानं सोडलं मला. म्हणून तुला इतक्या जवळ येऊ

दिलं, पण नाही गं. सखी नाही. माझ्या काट्यांनी खाल्लं तुला.''

ती जिवाच्या आकांताने रडत होती. त्या डोंगर उतारावर, त्या बाभळीच्या झाडाखेरीज रत्नाचा अक्रोश ऐकणारं कुणीच नव्हतं. ती परकी बाई पण निघून गेली. रत्ना सुन्न बसून होती.

खूप वेळानं तिनं पाहिलं की, ती मुलं दोघींना उचलून घेऊन तिच्या दिशेनं येत होती. सखीच होती ती!

''क्या हुवा?''

''डरो मत, मेमसाब। खुदाकी दुवा से दोनो जिंदा है।''

रत्नाचा आपल्या कानांवर विश्वास बसेना. सर्वांनी पाण्याच्या बाटल्यांमधल्या पाण्याचे हपकारे त्या दोघींच्या तोंडावर मारले. हळूहळू सखीनं डोळे उघडले. कष्टानं ती उद्‌गारली.

''रत्ना''

''सखी,'' रत्नानं सखीचं डोकं आपल्या मांडीवर घेतलं.

''तू कशी आहेस, सखी?''

''जिवंत आहे यार! घाबरु नकोस, त्या बाईंना बघ.''

गाडी उलटताच सखी, रत्ना आणि ती बाई बाहेर फेकल्या गेल्या होत्या. म्हणून वाचल्या होत्या. मुक्या मारानं अंग ठणकत होतं. सारेजण ॲम्ब्युलन्सची वाट बघत होते. जमलेल्या माणसांनी या तिघींची खूप काळजी घेतली होती.

मांडीवर डोकं ठेवून, झोपलेल्या सखीला रत्ना म्हणाली,

''सखी, ते बाभळीचं झाड दिसलं?''

तिचे अश्रू हातानं पुसत, सखी म्हणाली, ''वेडे, फक्त झाडच दिसलं तुला? त्या बाभळीच्या माथ्यावरची पिवळी फुलं दिसली नाहीत? काटे आहेत आणि फुलंही आहेतच.''

रत्नाच्या भरल्या डोळ्यांना काहीच दिसत नव्हतं. पदरानं पुसून तिनं डोळे कोरडे केले. मघापासून दिसली नव्हती-ती बाभळीची पिवळीधम्मक फुलं-उन्हात चमकत होती.

''खरंच की गं!''

ते ऐकून सखी खुशीत हसली. रस्त्यावरची ॲम्ब्युलन्स इशारा करत होती.

◆

झुबेदाची कोठी

"**सर**", इन्स्पेक्टर नाईकने हलकेच हाक दिली.

"अं?"

सैफने फाईल वाचता वाचता घड्याळाकडे नजर टाकली. रात्रीचे दोन वाजले होते. बरोबर सांगितल्या वेळेआधी दहा मिनिटे नाईक सैफ अलीच्या टेबलासमोर हजर झाला होता. सैफ अलीनं त्याच्या साऱ्या माणसांनाच असं वक्तशीर बनवलं होतं. पोलिस डिपार्टमेंटमधलं प्रत्येक काम वक्तशीरपणे व्हायलाच हवं असा त्याचा दंडकच पोलिस निरीक्षक सैफ अलीनं घालून दिला होता. विशेषत: एखाद्या ठिकाणी छापा घालायचं ठरलं. एखाद्या गुन्हेगारावर जाळं टाकायचं असेल, तर त्याची सारी आखणी, घड्याळाच्या काट्याप्रमाणे आंखून घेत असे. त्याने अनेक मोठमोठे गुन्हेगार, डॉन, त्यांचे हस्तक, दादा, शूटर सर्वांना सैफ अलीनं शिताफीन नामोहरम केलं होतं. त्यामानानं...

त्यामानानं... आजची मोहिम अगदीच बिनधोक्याची. घरून येताना, त्यानं सईदा बेगमला तसं सांगितलं होतचं. मोहिम बिनधोक्याची खरी पण अधिक जबाबदारीची होती.

या देशाचं मीठ खाऊन, जे परकीय हस्तक म्हणून मुंबईत अनेक छुपे धंदे करत, त्यांच्याबद्दल सैफला भयानक चीड होती. या देशाचे नागरीक नसताना, छुप्या मार्गानं, मुंबईत शिरून ज्यांनी ज्यांनी आतंकवादी कामं केली, त्या सर्वांना वेचून वेचून, सैफ शोधून काढत असे. त्यांचे साक्षीदार, सगेसोयरे, गुप्त अड्डे सारं शोधून, सैफनं, त्यांना कोठडीची हवा दाखवली होती. या देशावर, स्वत:च्या खाकी वर्दीवर, आपल्या कर्तव्यावर त्याचं विलक्षण प्रेम होतं. अभिमान होता.

या देशाशी दगाबाजी करणाऱ्यांची त्याला चीड होती. तशीच चीड आणखीन् एका गोष्टीची त्याला होती. पोटासाठी अनैतिक मार्गाने वेश्याव्यवसाय करणाऱ्या आणि गरीब, भोळ्या, मुलींना, बायकांना फसवून या मार्गावर आणून पोचवणाऱ्या

बायका... त्यांचे अड्डे, वेगवेगळी नावं घेऊन चालणारे त्यांचे क्लब्स, हॉटेल्स, डान्स स्कूल्स, अलिशान वस्तीत, भाड्यानं घेतलेले फ्लॅट्स... अशा अनेक जागा! सैफला नुसती माहिती मिळायचा अवकाश... तो व्यवस्थित जाळं टाकून छापे घालायचा. या ठिकाणावर सापडलेल्या अनेक गरीब मुलींची त्यानं सुटका केली होती. त्यांच्या नातेवाईकांना समजावून, त्या मुलींचं पुनर्वसन केलं होतं. सुधारगृहात पाठवलं होतं. त्यांना कामं मिळवून दिली होती.

आणि त्याचवेळी त्यांना फसवून या मार्गावर पोचवणारे दलाल, त्यांना विकत घेऊन, जनावराचं जिणं जगायला लावणाऱ्या अड्ड्याच्या मालकिणी... या सर्वांना बंद कोठडीची हवा खाणंही भाग पाडलं होतं.

आजची मोहीम अशीच होती. मड आयलंड मुंबई लगतचीच एक अलिशान वसाहत. समुद्र किनाऱ्यालगत असणाऱ्या श्रीमंतांच्या छोट्या छोट्या बंगल्या... पूर्वी त्या धनिकांनी हवा बदलासाठी म्हणून बांधलेल्या. पण अलिकडच्या ट्रॅफिकच्या दगदगीला कंटाळून, विकलेल्या. त्यामधल्या अनेक बंगल्यातून खाजगी वेश्याव्यवसाय चालत असे. गेले अनेक दिवस ती केवळ बातमी होती. पण काल सैफला त्यामधल्या दोन बंगल्यांचा पक्का ठावठिकाणा समजला होता. मड आयलंडच्या बीचवरचे सर्वात शेवटचे दोन बंगले-के चोवीस आणि के पंचवीस! पूर्वीचे माणिकशेठ जव्हेरीचे ते बंगले... कुणा धनिकाने विकत घेतले होते; आणि तिथं अनैतिक व्यवसायाचा एक छुपा बाजार सुरू केला होता. आजवर ही केवळ बातमी होती. पण आता खात्रीचे पुरावे हाती आले होते. म्हणूनच आज सैफ अलीनं व्यवस्थित जाळं आखून, त्या दोन्ही बंगलेवाल्यांवर छापा टाकण्याची मोहिम हाती घेतली होती. तो बंगलेवाला, तिथं मुली पाठवणारे दलाल, एखादी आन्टी, जे कुणी हाती लागतील त्यांची तो गय करणार नव्हता. विचारांच्या भरांत सैफ उद्‌गारला.

"नाईक, आभाळच फाटलं आहे. ठिगळ तरी कुठं म्हणून लावणार? तरी पण या अनीतीविरुद्ध आपल्याला उभं रहायचं आहे. लोकांनी पोलिस खातं बदनाम केलंय. पण तरी सुद्धा आपण ठाम उभं रहायचं आहे. चला. पोचलो आपण. नीट ऑर्डर द्या. आणि कामगिरी सुरु करा."

पहाटे तीनचा सुमार.

दोन्ही बंगल्यांच्या बेल एकदमच कर्कशपणे वाजल्या. पाठोपाठ नाईकचा आवाज. "पळून जायचा प्रयत्न करु नका. मराल फुक्कट. पोलिसांनी चारी बाजूंनी वेढा घातलाय. जिथं आहात तिथं थांबा."

बंगल्यांच्या साऱ्या खोल्यांतून पोलिस घुसले होते. पलंगाखाली, बाथरुममध्ये लपलेली माणसे, बायका सर्वांना धरून पोलिसांनी हॉलमध्ये आणलं. भीतीनं, शरमेनं माना खाली घातलेले पुरुष हॉलमध्ये उभे केले.

दोन बंगल्यांच्या मधोमध खुर्ची टाकून, सैफ अली बसला होता. साऱ्याजणींना त्याच्यासमोर उभं केलं होतं. पंचवीस ते चाळीस वयाच्या त्या बायका... चुरगाळलेले कपडे, शरीरं घेऊन उभ्या होत्या. सारी रंगरंगोटी उडून गेली होती आणि दीनवाणे चेहरे स्पष्ट समोर आले होते. सैफ अली डोळे विस्फारून त्यांना बघत होता. ती प्रत्येक मुलगी, एक कथा होती. स्त्रीत्वाचं भेसूर विडंबन! त्यानं मान वळवली. त्याच्या ऑर्डरची वाट बघत नाईक उभा होता.

"ते जे कुणी आतमध्ये आहेत, त्यांची नावं. पत्ते, फोन नं. सारं नोट डाऊन करा. त्यांना जाऊ दे. पण बोलावू त्यांना, तेव्हा हजर रहाण्याची ताकीद देऊनच सोडा."

"जी सर!"

"खरं सांगा, कुणी पाठवलं तुम्हाला इथं? खरा पत्ता सांगा?" सैफनं त्या मुलींना दरडावून विचारलं.

"बनामी रोड, भायखळा. कोठी नं. पस्तीस"

"झुबेदाची कोठी?"

"होय."

"साली बुड्ढी. इतक्या वेळा समज दिली. तरी सुरू आहेच हिचं? नाईक, या सर्वांना आज कस्टडीत ठेवा. आणि उद्या झुबेदाला निरोप द्या. चालबाजी केली तर बेड्या घालून आणा. मी निघतो."

सैफ अली जाण्यासाठी निघणार, तोच चमकून पुन्हा बसला. समोर उभ्या असणाऱ्या, त्या सर्वजणींच्या पाठीमागे भित्र्या सशासारखी ती उभी होती. सैफचा नजरेवर विश्वास बसेन

"ए, इकडं ये. शुक् तुला बोलवतोय मी!"

ती मान खाली घालून उभी होती. सैफ समोर येऊन उभी राहिली. अवघी पंधरा वर्षाची मुलगी! अंगावर शाळेचा गणवेष, केसाच्या टोकांवर लोंबणाऱ्या रिबिनी, प्लॅस्टिकच्या बांगड्या, लोंबते डूल. तिला बघून सैफच्या पोटात खड्डा पडला.

"तू...तू यांच्याबरोबर आलीस?"

तिनं मान हलवली

"धंदा करायला आलीस? कुणी आणलं? खरं सांग."

"धंदा करायला नाय साहेब. सुदाम म्हणाला हितं समुद्र लय भारी दिसतो. मी समुद्र बघायला आले. सुदामनं आणलं मला. झुबेदामावशीकडे मी हट्टच केला. तेव्हा परवानगी दिली. भीती कसली? या साऱ्या दिदी होत्या. सुदाम होता. म्हणून आले."

तिनं भाबडेपणानं उत्तर दिलं.

"कुणाकडे हट्ट केला?" "झुबेदामावशीकडे" साधं सरळ उत्तर आलं.

“ती झुबेदा मावशी आहे तुझी?”

सैफच्या प्रश्नावर ती फिस्स करून हसली. तिची भीती कमी झाली होती.

“ती आमची मावशी कशी होणार? मी सुदाम, ही चंद्रा. ती सोनूदीदी, अलकाक्का, सपनाताई आम्ही हिंदू ,गणपती पुजणारे... आणि मावशी अल्लापुढं नमाज पढते. पण तरी आम्ही तिला मावशीच म्हणतो. म्हातारी आहे. सर्वांना पोसते” ती बोलतच होती. कुणीतरी मागून तिची वेणी ओढून इशारा केला.

“पण तुझ्या अंगावर शाळेचा गणवेष आणि तू याच्यांत? कुणी पोचवलं झुबेदाकडं? खरं सांग?”

“सुदामनं. फसवून नाही साहेब. माझा दोस्त आहे सुदाम. फसवेल कसा? सुदाम झुबेदामावशीकडे राहतो म्हणून मी पण तिथं आले.”

“तुला कुणी त्रास दिला? गिऱ्हाईक?”

“शी! सुदाम सांभाळतो ना मला. तो आणि मी झुबेदामावशीची सर्व कामं करतो. मी जेवण रांधते”

किती दिवस झाले या गोष्टीला?

“दोन महिने झाले तिला येऊन” कुणीतरी मागून उत्तर दिलं. सैफ चक्रावला. दोन महिने ही पोरगी झुबेदाच्या कुंटणखान्यात राहत होती. आणि सुखरुप होती? त्याचा विश्वास बसेना. पण त्या साऱ्याजणी देवाची शपथ घेऊन पुन्हा सांगत होत्या. त्या सर्वजणी आणि सुदामनं तिला जपलं होतं. झुबेदावर दडपण आणलं होतं. आणि ह्या पोरीच्या भाबड्या वागण्यानं झुबेदाही विरघळून गेली होती. त्या झुबेदानंच, तिच्या कोठीवर जन्मलेल्या सुदामला, पोटच्या पोरासारखं सांभाळलं होतं. आणि सुदामची मैत्रिण म्हणून या पोरीला...

“सुदामला आणा.” सैफनं हुकूम सोडला. पांढरी हाफ पॅण्ट आणि निळा टी शर्ट घातलेला अठरा वर्षाचा तगडा सुदाम समोर उभा होता. लाजला होता. त्याचा गोरा वर्ण, पिंगट केस, पिंगट डोळे...

कुणा सौंदर्यवतीनं त्याला जन्म दिला होता. अनौरस सुदाम. आईच्या मृत्युनंतर झुबेदानचं त्याला मायेनं जपलं होतं. जे काही कोठीत चालायचं, त्याची त्याला लाज वाटायची. त्याच्यावर आईसारखी माया करणाऱ्या त्या साऱ्याजणी, पोटासाठी निर्लज्जपणे शरीर विकत होत्या. रात्री नटलेल्या नटमोगऱ्या सकाळपर्यंत चोळामोळा होत होत्या.

“अम्मा, हमे ये सब अच्छा नही लगता. बंद कर हे सगळं. त्यांना जाऊ दे त्यांच्या घरी.” सुदामनं असं म्हटलं की झुबेदा हसायची.

“घर? माझ्या सोन्या, त्यांना घरात कोण घेणार? माझं पण घर आहे. अलिबागला. पण मी तिथं गेले तर? तोऽबा! जूतेकी माला डालेंगे जातवाले. एकदा

इथं आलं की परत फिरणं नाही. मरायचं या नरकातच.'' झुबेदा वैतागून बोलायची. ''पण अम्मा, निदान नव्या पोरी तरी आणू नकोस ग!'' तो कळवळून म्हणायचा. आणि पोटात काय काटे भरु? कोण पोसणार मला? तू पोसतोस? आता बंद करते. वैतागलाय जीव. घाण वाटतं, पाप वाटतं, हे सगळं. अल्लामियांला क्या जबाब दूँगी?'' झुबेदा विचित्र आवाजात रडायची. सुदामला उत्तर सुचायचं नाही. आता या क्षणाला पोलिस ऑफिसर समोर उभा असताना, सुदामला अम्माची आठवण होत होती. ह्या सर्वजणींना पोलिस ठाण्यात ठेवलं तर? कसं होणार अम्माचं? प्रयत्न करूनही त्याला कुठं काम मिळत नव्हतं. कोठीवरचा अनौरस सुदाम! तो शाप भोगत होता. अम्माची काळजी करत होता.

त्या पहाटे सुदामसह त्या साऱ्याजणी कस्टडीत बंद करुन ठेवल्या गेल्या. झुबेदाला आणलं गेलं. सैफनं इतर सर्व जणींना अनाथाश्रमात, महिला सुधारगृहात पाठवलं. ''खरं सांग, ही पोरगी कुणाची?''

''अल्ला कसम, साब मी तिला विकत घेतलं नाही. मी तिला कुणाच्या नजरेला पडू दिलं नाही. सुदाम लक्ष ठेवून होता ना. पोर चांगल्या घरची आहे. पण तिची आई बाद आहे साब. तिला कंटाळून पोरीनं घर सोडलं. शाळा सोडली. दिवस दिवस रस्त्यावर भटकायची. सुदामशी दोस्ती झाली. तिला कुणीतरी फसवेल म्हणून सुदामनं आमच्या घरी आणलं. घरकाम शिकवलं. सुदाम म्हणतो, त्याला काम मिळालं आणि उद्या ती थोरली/शाणी झाली, की आमचं लग्न लावून दे अम्मा. आम्ही दोघं पोसू तुला म्हातारपणी. काय सांगू साब पोराचं? कोठीवर कधी लग्न लागलंय कुणाचं? पण लागलं पुढं मागं, तर दोन्ही पोरं बेस संसार करतील.'' आता सैफ अली त्या कहाणीत गुंतत चालला होता.

''तुझं नाव?'' ''सुषमा साब. सुषमा पाटील.'' ''घरी कोण कोण आहे?'' ''आई होती.'' ''होती?'' ''हं होती म्हणजे मी सोडलं तिला'' ''सोडलं?''

''एक सांगते साब. मी आईकडे परत जाणार नाही. जबरदस्तीनं पाठवलं तर पळून जाईन.''

''अग, पण आई ती आई. स्वतःचं घर सोडून कोठीवर रहायचं? उद्याचा विचार कर.'' सैफ तिला परोपरीनं समजावत होता. पण सुषमाला घरी जाणं साफ नामंजूर होतं.

''साब, मुंबईत माझं घर आहे. पूर्वी त्यात आई-बाबा होते. दोघांचा लय जीव होता माझ्यावर. मला शाळेत घातलं. खूप लाड केले. एके दिवशी बाबांना झोपेतच हार्ट-अटॅक आला. बाबा गेले. मी लहान होते. बाबांच्या जागेवर आईला कामावर घेतलं. बाबा या जगात नव्हते आणि आई घरात नसायची. घर खायला यायचं. आणि रात्री? आईच्या पाठोपाठ कोणकोण घरात यायचे माझ्या बाबांच्या घरात...''

"मला ते आवडायचं नाही. रात्री नको नको ते दिसायचं आणि दिवसभर तेच दिसायचं. वेड लागणार होतं मला. मी शाळा सोडली. घर सोडलं. असाच सुदाम भेटला. साब, झुबेदा मावशीची कोठीच बरी. तिथं सगळं खुल्लम खुल्ला. दिवसा सती सावित्री आणि रात्री... माझी आई नको ते करायची. त्यापेक्षा हे बरं. इथं सगळेजण मला संभाळतात. मावशी माया करते. या सगळ्या दीदी! लय प्रेम देतात आणि सुदाम? तो तर भारी आहे सर्वांना. आज दोस्त. पण मी अठरा वर्षाची झाले, की आमचं लग्न लावणार आहेत त्या सर्वजणी. पण साब, मी आईकडे मात्र जाणार नाही. पाया पडते तुमच्या." बोलता बोलता सुषमा रडायची.

अवघं पंधरा वर्षाचं वय. पण तिनं किती धक्के पचवले होते. वडिलांच्या मायेची ऊब, आईच्या कुशीत शोधणारी सुषमा... तिच्या कोवळ्या मनावरील आघात-तिचं उध्वस्त झालेलं भावविश्व... सुदामचा आधार. झुबेदाची माया, सगळ्या दीदींचे लाड-प्यार! तिचं होणारं लग्न... तिचं आजचं जग सुखरुप होतं आणि डोळ्यात उद्याचं स्वप्न, सुषमाची कहाणी ऐकून सैफ अली रोज अधिकच अस्वस्थ होऊन यायचा.

"काय करायचं या पोरीचं? म्हाताऱ्या झुबेदाचं? सुदामचं?"

"क्या हुआ जी? इतनी परेशानी तो कभी नही थी। कोई नया प्रॉब्लेम?" सईदा बेगमनं काळजीनं विचारलं. त्याच्या परेशानीत मदत केली तर तीच करणार होती.

"सईदा एक बात पूछूँ?" त्यानं विचारलं.

"जी"

"सईदा आपल्याला मुलं नाहीत. अनाथाश्रमातून एक मुलगी दत्तक आणायचं तुझ्या मनात आहे ना? आपण आणू. पण ती मुलगी पंधरा वर्षाची आहे. फक्त तीन वर्ष संभाळ तिला. अठरा वर्षाची झाली की लग्न लावून देऊ. तोवर सुदाम पोलिस हवालदार बनेल. म्हातारी जेलमध्ये, सुधारगृहात राहील. हे सर्व करण्याची फार गरज आहे. सईदा अल्ला घरचं पाक काम आहे. पोरगी हिंदू आहे. तिला हिंदू संस्कार देऊ. नाहीतरी आपण महाराष्ट्रात लहानाचे मोठे झालोत. हिंदू-मुसलमान फरक कधी समजलाच नाही. पोरगी फार लाघवी आहे. तीन वर्षात साऱ्या जन्माचं प्रेम देऊन जाईल. ऐकतेस का सईदा? त्या पोरीला रिमांड होमला पाठवायचा धीर होत नाही."

सईदा आपल्या हळव्या पोलिस ऑफिसरकडे बघत होती. तिचे डोळे भरून आले. ती उठली. "सईदा रागावलीस?"

"अहो, उद्या लेक घरी यायचीय. तिची खोली तयार करते. काय म्हणेल ती?"

सैफ अली हसला. समाधानानं!

◆

मोनालिसा

आपल्या प्रशस्त बंगलीच्या दिवाणखान्यात अ‍ॅना एकटीच बसली होती. स्टिरिओवर क्लॅरोनेटची धून मंद आवाजात ऐकू येत होती. आर्त, करुण असे त्या धुनीचे स्वर शब्दबद्ध केले तर. कदाचित आपल्याच व्यथांचे ते शब्दरुप असेल; असा विचार तिच्या मनाला आला. मघापासून कितीतरी वेळ ती त्या आरामखुर्चीत बसून होती. तीच धून पुनःपुन्हा आलटून पालटून लागत होती. अ‍ॅना ऐकत होती. खरं तर अलीकडे ती जे काही बघायची, ऐकायची त्याचा अर्थच तिला समजत नव्हता. पण तरीसुद्धा कुठंतरी एक दुःखाची कळ मनातून जाणवायची; कधीतरी डोळे अकारण भरून यायचे. आपल्या या हळवेपणाची तिला चीड यायची; पण ती हतबल होत होती आणि मग थकून, तासन् तास कुठंतरी शून्यमनस्क अशी बसून राहात होती. ती अशी अस्वस्थ कधीतरी व्हायची. एरवी तिला वेळच नसे विचार करण्याइतका!

अ‍ॅनानं घड्याळाकडे नजर टाकली. रात्रीचे नऊ वाजले होते. मोनालिसा कोणत्याही क्षणी आता येणार होती. सारा बंगला अंधारात असा बुडून गेलेला तिला आवडत नव्हतं. आणि अ‍ॅनानं ह्या अंधारात स्वतःला असं बंदिस्त करून घेणं तर मोनालिसाला साफ नामंजूर होतं. "वेडी पोर!"

अ‍ॅना पुटपुटली. तरी आरामखुर्चीतून उठली. एक एक करत, साऱ्या खोल्यांमधल्या दिव्यांची बटणं ती दाबत होती. दिवाणखान्यामधलं छताला लटकणारं झुंबर झगमगू लागलं. तीनही बेडरुम्स, स्वयंपाकखोली, बाहेरचा व्हरांडा सारं प्रकाशानं निथळू लागलं. मोनालिसाच्या खोलीतल्या ड्रेसिंग-टेबलावर तिचा फोटो होता. अ‍ॅनासारखीच नाजूक चेहऱ्याची आणि कुलदीपसारखी उंच्यापुऱ्या बांध्याची मोनालिसा-तिच्या हसऱ्या फोटोकडे बघून अ‍ॅनाचं मन भरुन आलं. डोळ्यांच्या कडा उगीचच ओलावल्या. मोनालिसा!

काल-परवा तर कॉन्व्हेंटमध्ये शिकणारी ही आपली लेक बघता बघता केवढी

मोठी झाली! इतकी मोठी की आज तीच आपला आधार बनू पाहतेय.

"ममी, मी आहे ना? तू स्वत:ला सावर बघू. तू एकटी कुठं आहेस? मी आहे ना? तुझी लाडकी मोना? जे गेलं ते गेलं. गतं न शोच्यति; इदं न मम्, अगं, तूच ना कालपरवापर्यन्त हे सर्व मला समजवून सांगायचीस? आणि आता हे काय चाललंय? प्लीज मम्मा, नको ना उदास राहूस!"

आपल्या ममाची ममा बनलेली मोनालिसा! ॲनाची लाडकी लिसा. सतत अशी ॲनाला जपत असायची. त्या त्या वेळेपुरती ॲना सावरायचीही! पण पुन्हा कुठंतरी एक काळोख तिला घेरून टाकायचा. विसरु म्हटलं तरी काहीच विसरता येत नव्हतं ... काय काय म्हणून विसरायचं? आणि नेमकं काय आठवायचं? यावर लिसा म्हणायची "ममा, फक्त हा क्षण आठवायचा. कारण तोच एक क्षण खरा आहे. मागचे क्षण भोगून झाले आणि पुढच्या क्षणांचा भरवसा नाहीच. म्हणूनच सांगते ममा, मिळतोय हा क्षणच खरा!"

तिच्या बोलण्याचं कौतुक वाटून ॲना म्हणायची, "कुणी गं शिकवलं तुला हे सगळं?"

"शिकवणार कोण? तुमचं तत्त्वज्ञान ऐकतच तर इतकी मोठी झालेय ना? तू आणि बापू जे जे बोलत होता, ते सारं ऐकतच तर मी वाढले. खरं तर मला सुद्धा तत्त्वज्ञान हा विषय घेऊनच एम.ए. व्हायचं होतं. पण तू नाहीच घेऊ दिलास? म्हणून घेतलंय, समाजशास्त्र... कंटाळा नुसता!" गाल फुगवून लिसा म्हणायची. ॲनाच मग गडबडीनं म्हणायची, "नकोच ते तत्त्वज्ञान! सारं फोल... जगणं वेगळं आणि तत्त्वज्ञान वेगळं. कशाचा कशाला ताळमेळ नाही. उगीचंच आपला काथ्याकूट ... शब्दांचा... अर्थहीन... कणा नसणारं तत्वज्ञान!"

"ममा!"

अशा वेळी ॲनाच्या गळ्यात हात घालून लिसा तिला थोपटायची. त्याच वेळी ॲनाला हे पण समजत असायचं की, या जगात जर खरं काही असेल तर "तत्व"! लिसाच्या फोटोकडे कितीतरी वेळा ॲना बघत होती. मूळचा गोरा रंग, ॲनासारखेच निळे डोळे, या सर्वांवर वेगळी नव्हाळी चढली होती. हसताना गालाला खळी पडत होती. अगदी कुलदीपसारखीच!

मोनालिसा

तिच्या जन्माच्या कितीतरी आधीच कुलदीपनं आपल्या घरी मुलगी जन्माला आली, तर तिचं हे नाव मनाशी पक्कं ठरवून ठेवलेलं होतं. केव्हा बरं?

ॲना आठवू लागली.

कुलदीपशी लग्न झाल्यानंतर ॲना प्रथमच कुलदीपला घेऊन पॅरिसला, तिच्या ममा-पप्पांना भेटायला गेली होती. तीन-चार वर्षानी ॲना, आपल्या मायदेशी

फ्रान्सला - परतली होती. ते सुद्धा कुलदीपला घेऊन.

"ही तुझी इंडियन फिलॉसफी तर?"

कुलदीपकडे पाहून पपा मोठ्यानं हसत म्हणत होते. सारं घरदार कुलदीपवर खूश झालं होतं. या गोष्टीचा ॲनाला खूप आनंद झाला होता. आनंदानं निथळणारे ॲना आणि कुलदीप साऱ्या पॅरिसभर फिरत होते. मूळची सुंदर अशी पॅरिस नगरी- पहाटे सुस्नात होणारी आणि रात्री दिव्यांनी लखलखणारी. "पारी!"

त्या दिवसांत ॲनाला अधिकच सुंदर भासत होती. "लूर" म्युझियममधल्या मोनालिसाच्या पेंटिंगसमोर ॲना आणि कुलदीप भारावून उभे होते. वर्ष सरली होती... तरी मोनालिसाच्या हास्याचं गूढ कुणालाच समजत नव्हतं. ती डोळ्यांनी हसत होती की ओठांतून?

नजरेतून संकेत व्यक्त होत होता की कुतूहल? त्या पेंटिंगसमोर उभ्या असणाऱ्या सर्वांनाच आपल्या हास्यानं विचारात टाकणारी ती 'मोनालिसा'बघतानाच कुलदीपनं हळूच ॲनाच्या कानात सांगितलं होतं, "मोनालिसा! आपल्या बेटीचं नाव नक्की." ॲनाला ते सारं आजही स्पष्ट आठवत होतं. ती मोनालिसा आज ॲनाच्या घराचा आधार होती. इतक्या लहान वयात केवढी समजूतदार बनली होती?

"कन्या हे परक्याचं धन असतं ॲना. तिच्यात जास्ती गुंतू नकोस" ॲनाचं लिसावरचं प्रेम बघून कधी कुलदीपच तिला म्हणायचा.

ॲनाच्या मनात आलं, लिसात गुंतायचं नाही आणि कुलदीपमध्येही नाही. जर हे सारे मोहपाश असे क्षणिकच आहेत, तर मग या सगळ्या जगण्याचा अर्थ तरी काय? चिखलात असूनही निर्लेप असणाऱ्या कमलपुष्पाप्रमाणं किंवा नि:संग वृत्तीच्या स्थितप्रज्ञाप्रमाणं... सर्वसामान्य संसारी माणूस कसा असेल? त्याच्या वाट्याचे सारे क्षण तो उत्कटपणे जगलेला असतो... ते सारे क्षण, त्याच्या जीवनाला चिकटलेलेच असतात. पॅरिसहून अभ्यासासाठी भारतात येणं, भारतीय तत्त्वज्ञानाच्या अभ्यासात खोल बुडून जाणं, भारतात भेटलेल्या कुलदीपवर जीव झोकून प्रेम करणं, मनापासून संसारात गुंतणं आणि लिसावर प्रेम करणं- हे सारे क्षण साक्षीभावानं जगून झाले होते. ते खोटे कसे असतील? त्याची साक्ष म्हणजेच हा टकमका बघणारा संसार- ही हसणारी लिसा... आणि उदासीनं भरुन गेलेलं आपलं जीवन! ते सारं खोटं होतं? एक मोह?

लिसा आता लग्नाच्या वयाची झाली आहे. तिच्या सभोवती मैत्रीणींचा, त्यापेक्षाही जास्त मित्रांचा गराडा जास्त असतो. मागच्या सुट्टीत-आजी, आजोबांना भेटायला ती फ्रान्सला गेली होती तेव्हापासून तिथूनही मित्रांचे फोन येत आहेत... मोठमोठी पत्रंसुद्धा! याचा अर्थच ही पोर आता लवकरच कुठं प्रेमात गुतणार. जे कुलदीप सांगत होता. ते खरंच होतं. लिसाच्या प्रेमात गुंतणं हे आणखी एका

दु:खाला आमंत्रण देणं आहे... हे जर खरं... तर मग...

जगायचं कुणासाठी? स्वत:साठी? की...

जड शब्दांनी भरलेल्या, तत्त्वज्ञानांच्या पुस्तकांनी भरलेल्या या अलमारीच्या "सोबतीनं? माणूस जन्मभर तसा एकटाच असतो." ॲनानं हे हजारवेळा वाचलेलं होतं. आता अर्थ समजत होता.

मोनालिसाच्या फोटोकडे बघून जरा उत्साही झालेली ॲना पुन्हा खिन्न झाली. खिन्न मनानंच तिनं भिंतीलगतचा दरवाजा उघडला. बाहेर उघडी गच्ची होती. खालच्या दिवाणखान्याच्या वर, तेवढाच प्रशस्त असा टेरेस होता. खालच्या बागेमधली जुईची वेल, पार टेरेसवर चढली होती. माथ्यावर ताऱ्यांनी खच्चून भरलेलं आभाळ, शेजारी उमललेली जुईची वेल, सजवलेला बंगला आणि भकासपणे समोर पसरलेलं ॲनाचं जीवन! याच घरात तिचं आणि कुलदीपचं प्रेम फुललं होतं. त्या प्रेमाची कहाणी घराच्या भिंती भिंतीवर लिहिल्याप्रमाणे ॲना वाचू शकत होती. पण भिंतीत चिणून गेलेल्या अनारकलीप्रमाणे... तिच्या साऱ्या भावना, ती कहाणी याच घराच्या भिंतीमध्ये कण्हत उभी होती.

"अनारकली!"

तो चित्रपट ॲनानं अनेकदा पाहिला होता. कुलदीपसोबत! तीच चित्तरकथा आपल्या जीवनात कधी घडेल, याची ॲनाला कल्पनाही नव्हती. तरीही ती जगत होती

"का जगतोय आपण?"

या तत्त्वज्ञानाच्या अभ्यासानंच हे मन असं पंगू झालंय. कुणावर सूड उगवावा, द्वेष करावा अशी भावनाच नष्ट झाली होती . जीवन हे वनवास बनलं तरी ते भोगूनच पार करायचं असतं. सत्यावर विश्वास ठेवायचा असतो. शेवटी सत्य हेच शाश्वत असतं. आणि सत्य म्हणजे निखळ सत्य न बदलणारं?

पण शेवटी सत्य म्हणजे...?

कुणी एकानं दुसऱ्याला सहज फसवावं. आणि तरी त्याचा द्वेष, मत्सर न करता दुसऱ्यानं ते स्वीकारावं! ॲनाला काहीच समजत नव्हतं.

कुलदीप खोटेपणानं वागला. फसवलंन् त्यानं!आपलं सुख शोधलं त्यानं...

तरी आपण त्याला सहज जाऊ दिला? सोडवणूक केली त्याची?

ते करणं म्हणजे दुबळेपणाच होता?

आणि आता त्याचं दु:ख करणं हा मूर्खपणा!

मग खरं काय?

मोनालिसावर असणारं प्रेम! की तो सुद्धा एक पांगळा आधार? आंधळयानं काठीचा आधार घ्यावा असा? उघड्या गच्चीवर उभी असणारी ॲना विचारांच्या

आवर्तात भोवंडत होती. कशाचाच काही अर्थ लागत नव्हता. हळूहळू ती खालच्या दिवाणखान्यात आली. तिथले दिवे तिनं मालवून टाकले आणि काळोखानं भरून गेलेल्या दिवाणखान्यातल्या आपल्या आरामखुर्चीत ती बसली. क्लॅरोनेटची धून बंद पडली होती. स्टिरिओचे लाल दिवे टकमका ॲनाला बघत होते. तिचा भूतकाळही.

भारतीय तत्त्वज्ञानाचा अभ्यास करण्यासाठी मोठया उत्साहानं ॲना पॅरिसहून पुणे विद्यापीठात जेव्हा दाखल झाली होती तेव्हा ती अवघी वीस वर्षांची कोवळी विद्यार्थिनी होती. पॅरिसमधले तिचे आई-वडील, भावंडे, मित्र, सारं सोडून, अभ्यासाच्या ओढीनं तिनं भारतात जाण्याचा निर्णय घेतला... या भूमीची एक वेगळीच ओढ तिला केव्हापासून लागून राहिली होती. इथले प्राचीन ग्रंथ, वेद, उपनिषदं, भगवद्गीता यांचं थोडं थोडं तत्त्वज्ञान तिच्या वाचनात आलं होतं. या देशाची वर्णनं तिनं वाचली होती. भारताची भौगोलिक रचना, इथले लोक, त्यांच्या चालीरीती, भाषा या सर्वांना वेढून असणारी... प्राचीन अशी भारतीय संस्कृती, मानवतावादी गांधीजी, पोलादी व्यक्तिमत्वाचे लोकमान्य, मुलांवर, फुलांवर प्रेम करणारे, कविवृत्तीचे जवाहरलाल या सर्वांचं फक्त वर्णन वाचूनच ॲना भारावून गेली होती आणि प्रत्यक्ष हा देश पाहताना तर तिचं देहभान हरपून गेलं होतं. सर्वात तिला कौतुक होतं ते इथल्या लग्नपध्दतीचं आणि एकत्र कुटुंबपध्दतीचं! इथल्या मुलां-मुलींची लग्नं त्यांचे कुटुंबप्रमुख ठरवत होते. आणि चार-चार पिढयांची एकत्र कुटुंब पुण्यामधल्या चौसोपी वाड्यांमधून गुण्यागोविंदानं नांदत होती. याचं कारण एकच होतं. एकमेकांवरचा अपार विश्वास! तो विश्वास माणसाचा माणसांवर असणारा विश्वास होता.

त्या सर्व माणसांजवळ उच्च शिक्षणाच्या पदव्या नव्हत्या. पण जगण्याचा गाभा त्यांना समजला होता. विश्वास! विश्वास हवा... माणसांवर, जगण्यावर, सत्यावर.

हे सर्व ॲनाला पुणे विद्यापीठामधल्या अभ्यासानं आणि भारतीय समाजाकडे बघताना समजत गेलं आणि तोच विश्वास तिनं कुलदीपवर टाकला. उंच, सडसडीत बांध्याची आणि निळ्या डोळ्यांची फ्रेंच युवती ॲना कुलदीपला बघता क्षणीच आवडली होती. तोसुद्धा तत्त्वज्ञानाचा अभ्यास करण्यासाठीच बडोद्याहून पुण्यात आला होता. बडोद्याच्या एका रईस खानदानी घराण्याचा एकुलता एक वारस असणाऱ्या कुलदीपला खरं तर शिक्षण न घेताही, आरामात जगता आलं असतं. प्रचंड इस्टेटीचा तो एकमेव वारस होता; पण कुलदीपला ज्ञानाची ओढ होती आणि त्याच ज्ञानाच्या ओढीनं, फ्रान्सहून भारतात येणारी ॲना त्याला असामान्य वाटत होती. ॲना आणि कुलदीप सतत एकत्र दिसू लागले. त्याच्यासोबत ॲनानं सारा मध्य भारत फिरुन पाहिला. त्याच्या बडोद्याच्या हवेलीत पाहुणी म्हणून ती राहून

आली. त्याचं भलं मोठं एकत्र कुटुंब, त्याचे माँ, बापू सारं बघून ॲना भारावून गेली. ह्या सर्वांनीसुद्धा ॲनाचं प्रेमानं स्वागत केलं.

"ॲना, हे जरी खरं तरीसुद्धा ते सर्वजण सून म्हणून तुझं स्वागत करणार नाहीत," कुलदीप गंभीरपणे म्हणाला.

"पण का?"

"कारण ॲना, तुझा धर्म, तुझी जात वेगळी आहे. खानदानी रजपूत, राजघराण्यामधली माझी माणसं आपल्या लग्नाला कधीच मान्यता देणार नाहीत."

"अरे पण, सर्व धर्म समान- एक ईश्वर-एक परमात्मा- असं सांगतोय ना धर्म? मग ही जात...?"

"ॲना, ते सारं ज्ञान पोथ्या-पुराणांत-पण प्रत्यक्ष जगताना माणसं आपलं कुळ, वर्ण, जात, धर्म यांनांच महत्त्व देतात. तत्वज्ञान वेगळं." कुलदीपचं बोलणं ऐकून ॲना गारठून गेली.

आजची तिची म्लेंच्छ जात, अस्पृश्याइतकीच त्याज्य मानली जात होती. कुणाचा वर्ण गोरा, कुणाचा काळा... ते सर्व. या सर्वांपेक्षा जात, वंश यांना आजही महत्त्व होतं. ज्या भारताचं प्राचीन असं तत्त्वज्ञान इतकं श्रेष्ठ होतं, त्या तत्त्वज्ञानाचं प्रत्यक्ष आचरण माणसांनी केलं तर हा देश साऱ्या जगामधला सर्वश्रेष्ठ देश ठरेल-पण असं का होत नाही?

ॲनाच्या मनात विचारांचा कल्लोळ असतानाच कुलदीप म्हणाला, "ते जाऊ दे. ॲना. ती माणसं बदलणार थोडीच? आपण लग्न करु. पुण्यात राहू. तुझ्या माझ्या लग्नाआड जात आडवी येणार नाही. आपण असेच जोडीनं अभ्यास करु. सर्वसामान्य सुखांपेक्षा या सर्व रीसर्चमधून मिळणारा आनंद फार मोठा आहे."

ॲनाच्या जीवनामधला सर्वात उत्कट प्रसंग म्हणजे देवा-ब्राह्मणांच्या साक्षीनं झालेला तिचा विवाह! अग्निदेवतेच्या सभोवतीची सप्तपदी... नाति चरामि ही शपथ. ..गळ्यात बांधलेले पवित्र बंधन-भांगामधला सिंदूर... माथ्यावरचा घुंगट! किती झालं तरी आज ती एका ठाकूर घराण्याची सून झाली होती. ॲना भारावून गेली. लेकीचं सुख बघून तिचे आई वडील समाधानानं पॅरिसला परतले. जीव झोकून ॲना कुलदीपवर प्रेम करीत होती. सुखानं तिचं जीवन शिगोशिग भरून गेलं. दहा वर्षे! या दहा वर्षात ॲना ॲनासाठी जगलीच नाही. कुलदीप आणि मोनालिसा यांच्यासाठीच तिचा प्रत्येक क्षण होता. लिसा तिचा जीव की प्राण होती. मुंबईत हाजी अलीला प्रशस्त फ्लॅट झाला होता. दोघांच्या नोकरीतून भरपूर बँक बॅलन्स तयार झाला होता. दहा वर्षे पिसासारखी अलगद उडून गेली होती. अभ्यासाच्या फाईल्सची रॅक्स भरून गेली होती. हे सारं ऐकत, बघत लिसा वाढत होती. दहा वर्षाची लिसा! याच वेळी बडोद्याला असणारे कुलदीपचे बापू मरण पावले. मां

अंथरुणाला खिळली. प्रचंड इस्टेटीच्या वाटण्या झाल्या. कुलदीपच्या वाटणीला भरपूर इस्टेट आली. छोट्या छोट्या इंडस्ट्रीज, शेती, हवेल्या यांपेक्षा सतत अंथरुणावर खिळलेली आई- या सर्वांसाठी वारंवार त्याच्या बडोद्याला फेऱ्या होऊ लागल्या. त्यामुळे त्याचं रिसर्च अर्धवट उरलं. ॲना आणि लिसाला पुण्यात सोडून बडोद्याला जायचं, कुलदीपच्या जीवावर येत होतं. ॲनाच त्याला जायला भाग पाडायची. त्याची आजारी आई, त्याच्या वाटणीची प्रचंड इस्टेट याकडे लक्ष देणं त्याचं कर्तव्यच होतं. आधी पंधरा दिवस, मग महिना, सहा महिने नंतर वर्ष-वर्षभर त्याला बडोद्यात रहावं लागे. आधी मोठमोठी पत्रं. नंतर त्रोटक आणि मग कधीतरी फोन, असं वारंवार घडू लागलं तरी ॲना विश्वासानं पुण्याला राहात होती.

याच वेळी तिचं आणि लिसाचं वेगळं भावविश्व तयार झालं. बापूंच्या बडोद्यात जाण्यानं आपली ममा एकटी पडलीय, हे कुणी न सांगताच लिसाच्या ध्यानी आलं. तशी ती ॲनाला जपू लागली. शाळा सुटल्यानंतर इतर मुलं खेळायला जात. पण लिसा आईसोबत फिरायला जाऊ लागली. पूर्वी ममा-बापूंना पाहताना आणि आता ममाला एकटीला पाहताना नकळत प्रौढ बनत होती. बघता बघता चार वर्ष सरली. खरं तर आता कुलदीपच्या धंदा-उद्योगाचा जम बसायला हवा होता; पण त्याउलट तो बडोद्यातच जास्ती गुरफटला होता.

"बापू, या वेळी मी येणारच बडोदा पहायला." लिसानं एकदा हट्टच धरला; पण कुलदीपनं टाळलं. मात्र पुढच्या वेळी येताना तो एकटा आला नाही. त्याच्यासोबत राजस्थानी पेहरावामधली, चेहऱ्यावर घुंगट घेतलेली एक स्त्री आणि तिचा हात धरुन एक चार-पाच वर्षाचा मुलगा आला होता. आज प्रथमच बडोद्याचे कुणी पाहुणे ॲनाच्या घरी आले होते. मनापासून ॲनानं त्यांचं स्वागत केलं.

"ॲना, ही रुपकुंवर आणि हा माझा... आपला मुलगा जयेश."

लिसा आणि ॲना थरथरून गेल्या. "ॲना, प्लीज समजून घे मला. रुपकुंवरशी मी लग्न करावं आणि ठाकूर घराण्याला एक वारस द्यावा, ही बापूंची अंतिम इच्छा होती. मी जर हे लग्न नाकारलं, तर सारी जायदाद इतर वारसांना इच्छेप्रमाणे देण्याचा अधिकार मला देऊन बापू वारले. बिचारी माँ! माझ्या आणि जायदादीच्या काळजीनं अंथरुणाला खिळून होती. रुपकुंवर... माझ्या मामाची मुलगी. काश्मीरहून आली होती. माझ्या होकार नकारावर तिचं सारं भवितव्य अवलंबून होतं."

"अडाणी मुलगी! कुठं जाणार? म्हणून..."

कुलदीप बोलत होता. चेहऱ्यावरचा घुंगट बाजूला करून रुपकुँवर आश्चर्यानं त्या दोन गोऱ्या मेमला बघत होती. तिनं जे ऐकलं होतं, त्यापेक्षा जे घडणार होतं ते भयानक आहे, हे रुपकुँवरला समजून चुकलं, मुलाला उचलून ती बाहेरच्या खोलीत जाऊन बसली.

लिसानं ममाचा हात आपल्या हाती घट्ट धरला होता. जे ती बघत होती त्यावर विश्वास कसा ठेवायचा? हे समोर बसलेले बापू, जे आपली नवीन दुल्हन घेऊन या घरी आले होते ते तिला पूर्ण अनोळखी होते. या बापूंनी तिच्या ममावर कधी प्रेम केलं होतं?

या बापूंनी कधी लिसाला अंगाखांद्यावर खेळवलं होतं? कधी तत्त्वज्ञानाचा अभ्यास केला होता? लिसाबरोबर कधी सुसंवाद केला होता? माणूसपणाची व्याख्या समजावून देऊन त्यावर कधी चर्चा केली होती. लिसा आणि ॲनानं ज्या कुलदीपवर प्रेम केलं... तो कुठं गेला होता?

लिसा गुदमरून गेली. मोठ्यानं रडावं असं तिला वाटत असतानाच ममाला जपण्यासाठी तिच्या जवळून हलली नव्हती. की रडत नव्हती!

ॲना म्हणाली, "घराण्याचा वारस? आणि ही लिसा? लिसा कोण तुझी? ती पत्नी... आणि मी. मी कोण तुझी? पण तू ते सांगू शकणार नाहीस. कारण स्वत: तू कोण होतास. हेच तुला समजलेलं नाही. मोहानं आंधळा झाला आहेस तू. हे स्वच्छ कबूल करु न शकणारा भेकड आहेस! जा तू कुलदीप. नात्यावर एकदा बुरशी चढली की त्या घाणीत राहणं फार कठीण. या माझ्या मुलीच्या मनाचा तू थोडादेखील विचार केला नाहीस?"

"ॲना, प्लीज. मी कुठं सोडतोय तुम्हाला? सर्व पूर्वीसारखंच असेल. फक्त जे घडलं ते तू समजून घे." कुलदीप कसबसं म्हणाला.

"नाही बापू. सर्व पूर्वीसारखं, यानंतर असणार नाही. सर्व काही बदलून गेलंय. त्या काश्मीरहून बडोद्याला आल्या, पण ममा तर त्यापूर्वीच फ्रान्सहूनच इथं आलीय. त्या अडाणी म्हणून त्यांची दया केली आणि शिकलेली म्हणून ममावर अन्याय? नाही बापू, सारं बदलून गेलंय." लिसा म्हणाली. तिच्या मनावर झालेला प्रचंड आघात ॲनाला जाणवला. तिनं स्वत:ला सावरत म्हटलं, कुलदीप, आज या क्षणी मला काहीच समजत नाही. उद्या रात्रीच्या जेवणाला तुम्ही तिघं या. तोवर मी विचार करेन."

"विचार कसला?" कुलदीपच्या या प्रश्नाला उत्तर न देता, लिसाच्या आधारानं ॲना आतल्या खोलीत निघून गेली.

रात्रभर माय-लेकी, एकमेकींना धीर देत होत्या. एकमेकींची समजूत घालत होत्या. अश्रू गाळत होत्या. एकमेकींच्या कुशीत विसावल्या होत्या. पंधरा वर्षाची लिसा, एका रात्रीत मोठी झाली होती. सकाळी उठताना दोघी पूर्ण सावरल्या होत्या. एक मोठा निर्णय दोघींनी मिळून घेतला होता.

दुसऱ्या दिवशी सकाळपासून ॲना बाहेरची कामं उरकत होती आणि लिसा घरची...

रात्री कुलदीप, रुपकुँवर, जयेश आले तेव्हा सारं घर नीटनेटकं होतं. उंच फुलदाण्यांत सुरेख फुलं ठेवली होती. घरभर धुपाचा मंद वास पसरला होता. ठाकूरजींच्या मूर्तीसमोर चांदीच्या समया तेवत होत्या. रुपकुँवरशी ॲना मनमोकळं बोलत होती. छोटा जयेश लिसाच्या खोलीत मोठ्यानं खिदळत होता. कुलदीपचा चेहरा मात्र काळाठिक्कर पडला होता.

हसतखेळत जेवणं झाली. त्यानंतर ॲनानं कुलदीपसमोर कागद ठेवले. परस्पर संमतीनं ''घटस्फोट'' घेण्याचा निर्णय घेणाऱ्या कुलदीप व ॲनानं कोर्टाला केलेला तो अर्ज होता. तो वाचून कुलदीप चकित झाला.

''घटस्फोट? याची काय गरज ॲना?'

''गरज आहे. ती खरी गरज हिची आहे आणि या तुझ्या मुलाची! कुलदीप, मी तुझी लग्नाची बायको व ही लिसा तुझी मुलगी हे तर खरं? भारतीय कायद्यानं दुसरा विवाह गुन्हा आणि अवैध! अशा वेळी ही रुपकुँवर तुझी पत्नी आणि हा तुझा वारस कायदेशीर ठरेल? मी मनात आणलं तर... पण मी ते मनातही येऊ देणार नाही. तत्त्वज्ञान मी फक्त वाचलं नाही, तर पचवलं आहे. तू पूर्वी म्हणाला होतास की, जगणं वेगळं आणि तत्वज्ञान वेगळं; पण तसं नाही. ते खरं असतं तर आज हजारो वर्ष ही भारतीय संस्कृती टिकली नसती. पूर्वीची माणसं ते सर्व क्षण जगलेली आहेत... म्हणून ही अक्षरं चिरंतन आहेत. जाऊ दे.''

रुपकुँवर रडत होती. ॲना तिला म्हणाली, ''रडू नकोस बाई. तू भोळी आहेस. आता ठाकूरयूग नाही. म्हणून तुझं लग्न बेकायदा ठरु नये. तू सुखरुप असावंस असं मला वाटतं. स्त्रीला लहरीनुसार वापरायची आणि नको तेव्हा दूर करायची एक विकृती असते माणसात. आपल्या कृत्याच्या समर्थनासाठी मग मोठे मोठे शब्दही वापरतात माणसं... तुझं असं होऊ नये. तुझा मुलगा हा खरा वारस ठरावा, यासाठी मी आणि माझी मुलगी दूर होतोय. सुखी राहा. किती झालं तरी त्या घराण्याशी मीही जखडले आहेच.''

लिसा भारावून आपल्या ममाला बघत होती. कसेतरी शब्द जुळवत कुलदीप म्हणाला,''ॲना, तू पॅरिसला परत जाणार?''

''पॅरिसला? कशासाठी? माझं तर साता जन्मांचं नातं या भूमीशी जडलंय. अग्निभोवती सात फेरे जे घेतले ते एका तत्त्वाशी प्रामाणिक राहण्यासाठी. ते तत्त्व म्हणजे कुणी व्यक्ती नव्हती. तर विशाल अशा चिरंतन सत्याला साक्षी मानून ती शपथ मी घेतली होती. मी इथंच राहणार. माझी वारस आहे ही लिसा! हा वारसा इस्टेटीचा नाही तर आपल्या प्रेमाचा, सत्याचा, माणूस असण्याचाही! जा तू कुलदीप! पुन्हा येऊ नकोस. तुझ्याशी संसार करण्याची इच्छाच संपलीय.''

इतकं बोलून ॲना उठून आतल्या खोलीत निघून गेली. टेबलावरच्या कागदावर

सही करून थोड्या वेळानं कुलदीपही निघून गेला. लिसानं दरवाजा बंद केला. त्यानंतर कितीतरी वेळ ती ठाकूरजींच्या मूर्तीसमोर उभी होती. या घराला यानंतर खरा आधार, त्याचाच असणार होता.

त्या दिवसापासून लिसा एकदम मोठी झाली. फार लहान वयात तिनं फार मोठं पर्व बघितलं होतं. बघता बघता पाच वर्षं उलटून गेली. लिसा आता वीस वर्षांची झाली होती. कधी कधी बापूंची आठवण येतच असे. त्या वेळी तिला वाटायचं, ''बापू चुकले असं का म्हणायचं? त्या साऱ्या घटनाच अटळ असाव्यात. पूर्वनियोजित!''

ॲना पुन्हा अभ्यासात गुंतली होती. कधी कधीच मन सैरभैर व्हायचं... अस्वस्थपणा यायचा. शब्दांची मलमपट्टी न पुरल्यानं भावनांचा आवेग असा वाहून जायचा, आजच्या सारखाच... पण लिसा जवळपास असली की दोघी माय-लेकींचं वेगळंच विश्व निर्माण व्हायचं. एक रेशीम धागा, जो अतूट असणार होता!

''ममा, मम'' मोनालिसाच्या हाका कानावर आल्या, तशी ॲना गडबडीनं उठली. भराभर तिनं दिवे लावले. छतावरचं झुंबर झगमगू लागलं. दार उघडलं.

हसरी मोनालिसा दरवाजात उभी होती. दरवाजाच्या चौकटीत उभी असणारी मोनालिसा दिसताच ॲनाचं मन भरुन आलं.

उद्या लिसाचं लग्न झालं तर हा विचार आता मनात येतही नव्हता. कारण आजचा दिवस... आजचा तो क्षण आणि मोनालिसाचं हसतमुखानं घरात येणं-त्या दोघींचं प्रेम आणि त्या प्रेमाच्या बळावर जगणं-इतकंच खरं होत.

''ममा!''

लिसा ॲनाच्या मिठीत विसावली होती.

दिवाणखान्यामधलं झुंबर लखलखून गेलं होतं!

मघाशी त्या घरावर आलेलं उदासीचं सावट ओसरून पार झालं होतं.

◆

अधांतर

"**बा**बा, मी महिला पोलिस इन्स्पेक्टर होणार. आज मी फॉर्म भरूनच आलेय."

नीलांबरीनं घरात येताच ओरडून सांगितलं. लेकीचे शब्द ऐकताच रावराणेनी पानाची पिंक आनंदाच्या भरात गिळूनच टाकली. आपले जाडे ओठ, खांद्यावरच्या पंचाला पुसत ते खुर्चीतून उठले.

"यंव रे गब्रु, तरी म्हटलं, लेक कुनाची? शिका. शिका. पोलिस इन्स्पेक्टरच का, डी.वाय.एस.पी.व्हा. रावराणेच्या कुळांत कुनी गाजवला न्हाय असा पराक्रम गाजवा. अऽहा मजा आला."

रावराणे खूष होते. अजिंठ्याच्या पायथ्याशी असणाऱ्या खेडेगावामधले रावराणे, पोलिसांत दाखल झाले आणि हवालदार म्हणून सेवानिवृत्त झाले. पेन्शन आणि वरकमाईची माया, लहानसं घर... आणि एकुलती एक लेक नीलांबरी.

पण रावराणेची कमाई इतकीच नव्हती, तर डोळ्याच्या धाकात खालमानेनं वावरणारी त्यांची पत्नी सुमन! ही खरी कमाई होती.

हाताखालच्या पोलिसावर डाफरावं असे सुमनवर अधिकार गाजवत, रावराणे आरामात राहात होते. आता तर त्यांची लेकही पराक्रम गाजवायला निघाली होती. रावराणेच्या नजरेसमोर लालदिव्याची गाडी दिसत होती.

बाहेरच्या खोलीतलं बाप लेकीचं संभाषण कानावर आलं. तसा सुमनच्या हातून ग्लास खालीच पडायचा... पण तिनं सावरलं.

नवऱ्यानं गाजवलेल्या अधिकाराबद्दल तिचं काहीचं म्हणणं नव्हतं. तिची एकुलती एक लेक, हुबेहूब बापाप्रमाणं काळी सावळी, थोराड आणि पुरुषी बांध्याची दिसे. ते पण तिनं मनाला फारस लावून घेतलं नव्हतं. पण जेव्हा निलांबरीचं वागणं, उठणं, बसणं, बोलणं अगदी बापाच्या वळणावर निघालं तेव्हा मात्र सुमनची काळजी वाढत चालली. ती बी.ए.पास झाली आणि एकदा लग्न लावून तिची पाठवणी केली की सुमन सुटणार होती. पण आज हे नवीनच?

"अहो, तिच्या लग्नाचं बघावं."

बाहेरच्या खोलीत येऊन कशीबशी सुमन म्हणाली.

"लग्न? करुया की! येईल कोणीतरी सलाम करत मागणी घालायला. उडवू दणका. कसं?"

"यस. बॉस."

वडिलांना सॅल्यूट करत नीलांबरी म्हणाली. बापलेकीच्या हसण्यानं घर भरून गेलं. बिचारी सुमन. त्यानंतर कानात वारं भरल्यासारखी, नीलांबरी कोर्समध्ये बुडून गेली. अंगावर खाकी युनिफॉर्म आणि त्यानंतर तिच्यात संचारलेला जोश- डिस्टिंक्शन घेऊन सर्व मुलामुलींमध्ये पहिली येण्याची तिची ईर्षा... यासमोर तिला काहीही दिसत नव्हतं. रात्री अपरात्री घरी येणारी तिची मोटारसायकल... त्या आवाजाने रावराणे खूष व्हायचे अन्...

सुमनचा हुंदका घशातच.

मुलींसाठी इतके वेगवेगळे कोर्सेस असताना, या पोरी आपल्याशी ईर्षा करत, पोलिस इन्स्पेक्टर होण्यासाठी का म्हणून कडमडतात! या गोष्टीचं त्याच कोर्सचं शिक्षण घेणाऱ्या पुरुष विद्यार्थ्यांना आश्चर्य वाटे. मुळातच नाजूक शरीर असणाऱ्या त्या मुली मुलांच्या बरोबरीनं साऱ्या स्पर्धात उतरत. कधी माघार घेत... पुन्हा प्रयत्नानं, जिद्दीनं साऱ्या अभ्यासक्रमात यश मिळविण्यासाठी धडपडत-आणि अशा मुलीत उठून दिसणारी... धडपडणारी नीलांबरी रावराणे.

त्याच कोर्सचं शिक्षण घेणाऱ्या अरुण जगतापला, या मुलीचं नवल वाटे. एकदा न राहवून त्यानं विचारलंच.

"मिस् नीलांबरी, स्त्रियांमध्ये असणारे नाजूक गुण मारून, अट्टाहासानं हे पुरुषी थाटानं वागण्यात काय आनंद मिळतो? मला कळत नाही म्हणून विचारलं. रागावू नका हं"

नीलांबरीनं चमकून त्याच्याकडं बघितलं.

अरुण जगताप!

देखणा, सुदृढ अरुण जगताप. तिनं अनेकदा बघितला होता. पण त्याने हा प्रश्न का विचारावा?

"त्याची लाईन आहे तुझ्यावर." आरतीचे शब्द आठवले.

"हं."

झटक्यात मान उडवत नीलांबरीनं ते वाक्य उडवून लावलं होतं. तो अरुण जगताप. त्याचा प्रश्न ऐकताच नीलांबरी उसळून म्हणाली,

"स्त्रीसारखं वागायचं म्हणजे?"

"म्हणजे? म्हणजे, नम्रता, विनयशीलता, प्रेम वगैरे." उत्तर न सुचून

अरुण म्हणाला.

"म्हणजे टिपीकल इंडियन वुमन. पण का? आम्ही तसंच वागावं ही तर टिपीकल पुरुषी वृत्ती."

"पण एक सांगा. तुमच्या घरी तुमची आई आहे. ती जर अशी वागली असती तर? काय झालं असतं तुझं? वडिलांच्या संसाराचं?" अरुणनं विचारलं.

"अहो ती जुन्या जमान्यातली बाई. तिच्या काही अपेक्षा नव्हत्याच."

"तुम्हाला कसं समजलं? कधी विचारायचं होतं तिला. कधी समजून घेतलं होतं तिचं मनं?"

"पण आम्ही नव्या दृष्टीनं जगणाऱ्या मुली. आम्हीपण तसचं वागावं हा अट्टाहास का?"

"कारण तुम्ही पण एक स्त्री आहात. जाऊ दे. नाही समजणार."

"नको समजू दे. पण मिस्टर जगताप तुमच्या पत्नीचं काही खरं नाही."

"माझं जाऊ दे पण तुमचं भवितव्य काय? ह्याचा विचार करा. कितीही बरोबरी केली तरी कुठं कमी पडाल ते मी सांगतो." "कुठं?"

"गुन्हा कबूल करून घेण्यासाठी, गुन्हेगाराना लाथाबुक्क्यानी तुडवावं लागतं. थर्ड डिग्रीचा वापर करावा लागतो. मॉबवर गोळीबार करणं, लाठीमार, अश्रुधूर, रात्री ... अपरात्री छापे घालणं... पुरुष सहायकाच्या मदतीशिवाय तुम्ही करुच शकणार नाही. कसं शक्य आहे?"

नीलांबरी चिडून काहीतरी म्हणणार तोवर कोणीतरी म्हणालं.

"जाऊ दे ना यार अरुण. वाद कशाला? त्यांना अनुभव घेऊ दे. ओ.के. चिअर अप यंग लेडी. विश यू द बेस्ट"

वादावर पडदा पडला खरा! पण नीलांबरी खूप दिवस धुसफुसत होती.

कोर्स संपला. ग्रुप इथं तिथं पांगला. नीलांबरी डिस्टिंक्शन घेऊन पास झाली. साऱ्या ग्रुपमध्ये पहिली येणारी आपली लेक बघून रावराणेंना अस्मान ठेंगणं झालं होतं. स्पेशल गाडी करून ते गावी जाऊन आले. साऱ्या नातेवाईकांना भेटायला जाताना त्यांनी आग्रहानं नीलाबंरीला खाकी युनिफॉर्म घालायला लावला. बिचारी सुमन काही न बोलता ती मिरवणूक पहात राहिली.

ठाणे जिल्ह्यातल्या एका विभागात पोलिस इन्स्पेक्टर म्हणून नीलांबरी रुजू झाली. ते पोलिस ठाणे खास महिला स्टेशन म्हणून जाहीर केले. लगतच्या एका प्रशस्त बंगलीत, रावराणे लेकीसह दिमाखात राहायला आले. सेवेला सुमन!

नीलांबरीच्या अंगात उत्साह संचारला होता. एक कर्तव्यतत्पर पोलिस अधिकारी म्हणून आपलं नाव होण्यासाठी ती धडपढत होती. रात्री अपरात्री धावत होती. आपल्या असिस्टंटना तिनं कडक धाकात ठेवलं होतं. फक्त... फक्त एकच गोष्ट

तिला आवडत नव्हती. ती म्हणजे, गुन्हा वदवून घेण्यासाठी गुन्हेगारांना मारबडव करणं, त्यांचे हालहाल करून, अन्नपाण्याविना तडफडत ठेऊन, वरून लाथाबुक्क्यांनी कुबलून काढणं तिला अवघड वाटायचं. ते काम असिस्टंटवर सोपवून... अशा वेळी ती दुसरं काम करत राहायची.

"छा. छा. हे बरं नव्हं अशी लाथ घालायची पेकाटात की पहिल्या लाथेनच अर्धमेलं व्हावं. ह्ये, जमायला होवं."

स्कॉचची बाटली समोर ठेवून, रावराणे लेकीला सल्ला द्यायचे. लेकीचं लगीन?

"चिल्लर गोष्ट. आधी डी.वाय.एस.पी. तर होऊ द्यावं"

रावराणे सुमनला बोलू देत नव्हते.

दोन वर्षे सरली होती. एक एक करत नीलांबरीच्या साऱ्या मैत्रिणींनी जोडीदार शोधले होते. अशीच एकदा पोस्टाने जगतापची पत्रिकाही आली होती. पण आज... आज मात्र नीलांबरीला त्या सारख्या वातावरणाचाच उबग आला होता. अभ्यास, ईर्षा, चांगली पोस्ट मिळवणं, नावलौकिक हे सारं तिच्या पायाशी लोळण घेतं आलं होतं. वडील खूष होते. आई?

खालमानेनं नवऱ्याची, लेकीची सेवा करणारी आई...

तिला काय वाटतं? या यशाचा आनंद?

"कधी समजून घेतलंत आईचं मन?"

अरुण जगतापचे शब्द आठवले. तेवढ्यात आतमधल्या कोठीतून आवाज आला.

"थांब, निगरगट्ट आहेस, असा ऐकणार नाही हा."

या शब्दापाठोपाठ दोन चार लाथा घातल्याचा आवाज. पाठोपाठ विव्हळण्याचे आवाज. माराचे आवाज.

हे सारं ऐकत फाईलीत डोकं खुपसून बसलेली नीलांबरी मनातून अस्वस्थ होती. ही एवढी गोष्टच तिला आवडत नव्हती.

"त्याखेरीज कुणी गुन्हा कबूल करणार होय?"

असिस्टंट तिला निरुत्तर करत.

बाहेर जीप थांबल्याचा आवाज आला. नीलांबरी खिडकीपाशी गेली. तिचा नजरेवर विश्वासच बसेना.

अरुण जगताप आत येत होता. इतक्या वर्षांनी आत येताच, त्यानं डोळ्याचा गॉगल बाजूला करून हसत विचारलं.

"ओळखलं मॅडम? तुम्ही पण ठाण्यातच आहात असं समजलं. शेवटी आज शोधून काढलंच. कशा आहात?"

हस्तांदोलन करून हात मागे घेत नीलांबरी म्हणाली, "बस्स... मजेत. तुम्ही?

सध्या कुठं आहात? किती वर्षांनी भेटतो आहोत?''

कधी नव्हे ती नीलांबरी इतकं बोलत होती. अरुण जगताप! पूर्वीपेक्षा अधिक उत्साही, सुदृढ दिसत होता. सुख त्याच्या चेहऱ्यावर स्पष्ट दिसत होतं.

''हं. दोन वर्षे कशी भराभर सरली नाही. मी तुमची नेहमी आठवण करायचो, पण कितीही झालं तरी तुम्ही डिस्टिंक्शन घेऊन पास होणाऱ्या... आणि आम्ही आपले जाता जाता पास होणारे... मनात असूनही मी ओळख वाढवली नाही.''

''डिस्टींक्शनचं काय!'' नीलांबरी पुटपुटली.

''वा! नाही कसं मॅडम? ते एक वय असतं. तर जाऊ दे. मी फार आनंदात आहे. फार चांगली पत्नी मिळाली. सोशलवर्करच म्हणाना. तिच्या हट्टापायी मी ठाणे जिल्ह्यातच एका आदिवासी भागातल्या ठाण्यावर बदली मागून घेतलीय. तिथली मुलं, बायका... ती माणसं सारं अजब आहे मॅडम. माझी पत्नी तिथं शिकवतेय त्यांना. ती माणसं शिकली सवरली तर माणसासारखं जगू शकतील. चोऱ्या करणार नाहीत असं शोभाला वाटतंय. ती खूप प्रयत्न करतेय.''

तो मनमोकळं बोलत होता.

''चहा?''

त्यानं आपल्याबद्दल काही विचारु नये म्हणून नीलांबरीनं चहा मागवला. आतमधल्या कस्टडीतून मारण्याचा, ओरडण्याचा आवाज आला. अरुणनं काही विचारण्याआधीच नीलांबरी म्हणाली.

''माझे असिस्टंटस्''

जगताप मोठ्याने हसला.

''मॅडम, मी काय म्हणालो होतो? आठवतं? हे मारणं, लाथानी तुडवणं इथं तुम्ही कमी पडणार. ते काम तुमचं नाही. शेवटी स्त्रीचं मन''

''तसं नव्हे.''

पण काही ऐकून घेण्यापूर्वीच जगताप हसत हसत उठला. गॉगल आणि हॅट चढवत म्हणाला.

''ओ.के. कबूल करु नका, पण ही वस्तुस्थिती आहे. बाय मॅडम. एकदा सवड काढून या आमच्या जंगलांत. जंगलमे मंगल असं राहतोय आम्ही. फार बरं वाटलं तुम्हाला भेटून. येईन पुन्हा.''

जगताप गेला. तरी सुन्न बसून राहिली. नंतर तरातरा उठून आतल्या कोठडीत जाऊन ओरडली.

''दोन तास झाले, धुणंधुतल्यासारखे बडवताय झाला का कबूल? मार खावून निपचित पडलेल्या माणसाकडे पाहून असिस्टंट म्हणाला.''

''मॅडम, हा अट्टल शूटर! हंप्याचा उजवा हात आहे. ते कबूल केलंय त्यानं.

पण हंप्याचा ठावठिकाणा सांगत नाही. हरामखोर.''

''तुम्हाला जमणार नाही, मी बघते उद्या त्याला. बघू कसा बोलत नाही.''

त्वेषाने निलांबरी म्हणाली. आपण जे ऐकलं, त्यावर असिस्टंटचा विश्वास बसेना. मॅडम? तो विचारात पडला.

सुमन बघत होती. आज ड्युटीवरून आलेली नीलांबरी, कुणी वेगळीच होती. घरी येऊन, आंघोळ करून, गाऊन चढवून ती तिच्या खोलीत चटकन् निघून गेली होती. नेहमीप्रमाणे बापलेकींनी एकमेकांना आपल्या शूरपणाच्या गोष्टी ऐकवल्या नव्हत्या. स्कॉचची बाटली समोर घेवून बसलेल्या बापाशी काही बोलावं, असं आज नीलांबरीला वाटत नव्हतं. उलट त्याच्याशी कडकडून भांडावं असं वाटलं होतं. लहानपणापासून हा बापच तिचा आदर्श होता. बायकोला बुटाच्या टाचेखाली दाबून ठेवणारा, अर्वाच्य शिव्या देणारा, दारु पिणारा, घराण्याचा अभिमान बाळगणारा हा माणूस? पोलिसाचा हवालदार आणि सेवानिवृत्त होऊन लेकीच्या जिवावर त्यानंतर मस्त जगणारा हा रावराणे हा आपला आदर्श. आपणही उद्या डी.वाय.एस.पी. होऊ. मीरा बोरवणकर, किरण बेदी... यांप्रमाणे पण सुख... सुखी असू? एकदा ह्या सर्व मोठ्या बायकांना भेटून विचारून घ्यायला हवं. आज तिचं सारं विश्वचं हारवून गेलं होतं. नीलांबरी आरामखुर्चीत विसावली होती. आईच्या कुशीत शिरून, मनमोकळं रडावं असं आज प्रथमच तिला वाटत होतं. भांडाव की रडावं? ते सुद्धा कोणत्या कारणानं ते तिला समजत नव्हतं. ''लग्न करून टाक पोरी. हे असं राहणं खरं नव्हे.'' आईचा नेहमीचा हट्ट! लग्न! ''लग्नानं माणूस सुखी होतो?'' मी आनंदात आहे मॅडम, जंगलमे मंगल.'' जगताप सुखी होता. पुरुषधर्म सांभाळणारा जगताप आणि स्त्रीधर्म पाळणारी त्याची पत्नी! सुखी होते. आपण अट्टाहासानं पुरुषी वागणं आत्मसात केलं. चालणं, वागणं, बोलणं सही सही बापाचं उचललं. त्यात थोडं आईचं वळण मिसळावं असं वाटलं नाही. तसं झालं असतं... तर खऱ्या अर्थानं भारतीय कन्या नव्या युगाला सामोरी जाणारी... अशीच झाली असती. त्रिशंकू! त्रिशंकू आहोत आपण! अधांतरी लटकतोय! या विचारासरशी ती दचकली. भांडावं की रडावं इतकंही तिला सुचत नव्हतं. रात्र अशीच सरली पण सकाळी उठली ती मात्र जास्ती कोरडी कडक होऊनच! उठताच ती डाफरली. ''हरामखोर या बुटांना पॉलीश केलंय की नाही? चल. पुन्हा कर. हे काय पॉलीश आहे?'' ऑर्डलीच्या मुस्काटात ठेऊन देत ती कडाडली. तिचं डाफरणं ऐकून, रावराणे मात्र सुस्तावून कुशीवर वळले. त्यांना पटलं. लेकीला लवकरच प्रमोशन मिळणार. लाल दिव्याची गाडी. सायरनचा आवाज ऐकता ऐकता घोरु लागले. पोलिस स्टेशनात पाय ठेवताच व्हरांड्यात बसलेली चार आदिवासी माणसं तिला दिसली. तिच्या पाया पडत ती रडायला लागली. ''मॅडम, देवा शपथ सांगतो चोरी करु नाय. उगाचच

वहीम घेतलाय. सोड माय. घरी पोरं हाईत.'' आदिवासी, चोरी, पोरंबाळं आणि त्यांना सुधारणारी समाजसेविका? जंगलमे मंगल... नीलांबरीचं रक्त उसळलं. नीलांबरी कोरडेपणाने म्हणाली. "त्यांना बंद करा कस्टडीत.''

त्या कुटुंबावर चोरीचा आळ होता. जवळच्याच बंगल्यातून रात्रीच्या वेळी टी.व्ही., टेप, रेडिओ, व्ही.सी.आर, चांदीची भांडी चोरीला गेलं होतं. सारा माल रातोरात गायब करून टाकला होता. पुरावा म्हणून घरात काही ठेवलं नव्हतं.

"ही माणसं अशीच मॅडम, दिसतात गरीब पण महा बेरकी.''

असिस्टंट सांगत होता.

"उपाशी ठेवा दिवसभर'' मॅडमनं हुकूम सोडला. संपूर्ण दिवस तिनं पोलिस स्टेशनवर घालवला.

दुपारच्या जेवणासाठी आज नीलांबरी घरी गेली नाही. चार वाजता तिनं आतल्या कस्टडीत पाय ठेवला. त्या दोन बायका, अंगाचं मुटकुळं करून बसल्या होत्या. पुरुष दुसऱ्या कोठीत.

"माय, सोडून दे गं आम्हाला, जन्मात कधी चोरी केली न्हाय. देवाशपथ. घरी पोरं उपाशी. तू बाईमाणूस म्हणून तरी दया कर. तशांत लछमी पोटुशी. बायामान्सं आमी.''

म्हातारी गयावया करत बोलत होती.

"चूप.''

कमरेचा पट्टा हातात घेत नीलांबरी किंचाळली. ह्या पट्टयाने ती त्या दोघींना सपासप फटके मारत होती. बायामाणसं ह्या शब्दाने ती चवताळली.

"बायामाणसं? का एवढं कौतुक ह्या बाईपणाचं? कुणासाठी? चोरी करताना कुठं गेले होतं बाईपण? घरी पोरं आहेत? हं? आणि शिवाय पोटुशी. हाच, हाच खरा उपयोग बाईपणाचा? की आणखीन काही?''

नीलांबरी बोलत होती. सपासप त्या कातडी पट्टयाचे वार त्या दोघींवर पडत होते. ह्या धक्क्यानं म्हातारी नीलांबरीच्या पायाशी कोसळली. तिला बुटांनी भिंतीशी ढकलत तिनं दुसरीकडे मोर्चा वळवला. तिच्या अंगावर, पोटावर फटके बसत होते. ती खाली पडली आणि अंगावरच्या साडीतून रक्ताच्या धारा ओघळू लागल्या. नीलांबरीला भान नव्हतं. बाई! बाई म्हणून ती कुठं कमी पडणार नव्हती. तिनं दयामाया न करता आज झोडपून काढलं होतं. तिचे असिस्टंट आवाक् झाले होते.

"मॅडम, आवरा स्वत:ला. हे महिला पोलिस ठाणं आहे मॅडम, हे आदिवासी. जरा काही खुट्ट झालं तर पेपरवाले, सोशलवर्कर्स सोडणार नाहीत.''

नीलांबरी भानावर आली. म्हातारी भीतीनं निपचित झाली होती तर तिच्या सुनेचे कपडे रक्ताने भरले होते. पोटुशी होती ती. माराने ब्लिडींग सुरू झालं होतं. नाडी मंद झाली होती. चेहरा पांढराफटक झाला होता.

"तिला दवाखान्यात न्यायला हवं.''

"छे छे मॅडम, अंगावर माराचे वळ स्पष्ट दिसताहेत. कायद्यानं गुन्हा आहे.''

"मग?''

"तुम्ही घरी जा मॅडम, आम्ही बघून घेतो सगळं.''

घोंगडीतून ते मुटकुळं बाहेर नेत असिस्टंट म्हणाला, पण नीलांबरी खुर्चीत बसून राहिली. मधून, मधून रडण्याचा, कण्हण्याचा आवाज येता येता सर्व शांत होतं गेलं. मध्यंतरी कुणीतरी म्हणालं.

"मॅडम, गेली ती.''

"मग?'' सुन्न प्रश्न.

"काळजी करु नका मॅडम, पहाटे नागपूर एक्सप्रेस जाते. रुळावर ठेवून येतो. म्हातारीला रातोरात घराच्या पाठीमागे ठेवून येतो. ते दोघे पुरुष! गारठून गेलेत. तंबी देऊन सोडून देऊ सकाळी.''

"मूर्ख आहात. काही करु नका.''

"मग?''

"मी ठरवते काय करायचं ते.''

होऊ नये ते घडले होतं आणि तो गुन्हा महिला पोलिस ठाण्यावर, महिलेच्या हातून घडला होता. त्याची शिक्षा स्वीकारायला हवी. जगात न आलेल्या जीवाची व आईची हत्या केली होती. या घटनेकडे पुरुष ऑफिसर कसा बघेल? पण नीलांबरीला ते उपाय मान्य नव्हते. रात्रभर ती खुर्चीत बसून राहिली.

भल्या पहाटे बाहेर जीप थांबली. नीलांबरी जागेवरून उठली नाही. जगताप आणि शोभा आत आली. तिला बघून जगताप हसला. तिला म्हणाला.

"बघ. मी सांगत नव्हतो? मॅडम भेटणारच. त्यांच्या हाती लछमी एकदम सेफ! ती लछमी, तिची सासू, परिवार आमच्या बंगल्याच्या आऊट हाऊसमध्येच राहतात. भरपूर अंगमेहनत करतात. गरीब, भित्री माणसं. चोरी करणं शक्य नाही. आम्ही जामीन भरून त्यांना सोडवायला आलोय. रात्रभर शोभा तिची पोरं सांभाळत होती. बाय द वे मॅडम, ही शोभा माझी पत्नी आणि शोभा, या...''

नीलांबरी काही न बोलती, मान खाली घालून बसली. दचकून जगतापनं विचारलं. "मॅडम, बोलत का नाही ? काय झालं? लछमी-''

"लछमी? शी इज नो मोअर. मी मारलं तिला. नाऊ, मिस्टर जगताप, प्लीज अरेस्ट मी!''

उभी राहात, दोन्ही हात त्याच्यासमोर धरून नीलांबरी म्हणाली. जगतापचा विश्वास बसेना. "लछमी, ओ मारी लछमी,'' रडण्याचा आकांत उसळला होता.

◆